பிரசாதம்

சுந்தர ராமசாமியின் பிற நூல்கள்

சிறுகதைகள்
சுந்தர ராமசாமி சிறுகதைகள் (2006) (முழுத் தொகுப்பு)
அக்கரைச் சீமையில் (2007) (முதல் சிறுகதை வரிசை)
பள்ளியில் ஒரு நாய்க்குட்டி (2008) பல்லக்குத்தூக்கிகள் (2010),
பள்ளம் (2012)

நாவல்கள்
ஒரு புளியமரத்தின் கதை (1966)
ஜே.ஜே: சில குறிப்புகள் (1981)
குழந்தைகள் பெண்கள் ஆண்கள் (1998)
குறுநாவல்கள்
திரைகள் ஆயிரம் (2008)

கவிதை
நடுநிசி நாய்கள் (2008)
சுந்தர ராமசாமி கவிதையை (முழுத்தொகுப்பு) (2005)

விமர்சனம்/கட்டுரைகள்
அந்தரத்தில் பறக்கும் கொடி (2014) (தமிழ் கிளாசிக்)
ந. பிச்சமூர்த்தியின் கலை: மரபும் மனிதநேயமும் (1991)
இவை என் உரைகள் (2003)
வானகமே இளவெயிலே மரச்செறிவே (2004)
மனக்குகை ஓவியங்கள் (2011) (கட்டுரைகள் உரைக விவாதங்கள்)
வாழ்க சந்தேகங்கள் (2004) (கேள்வி - பதில்)
புதுமைப்பித்தன் கதைகள்: சு.ரா குறிப்பேடு (2005)
வாழும் கணங்கள்(2005) (படைப்புகளின் தொகுப்பு)
புதுமைப்பித்தன்: மரபை மீறும் ஆவேசம் (2006)
ஒரு கலை நோக்கு: ஆளுமைகள் தோழமைகள் (2019)

நேர்காணல்கள்
சுந்தர ராமசாம நேர்காணல்கள் (2011)

பிற நூல்கள்
மூன்று நாடகங்கள் (2006)
தமிழகத்தில் கல்வி (2000) (வசந்தி தேவியுடன் உரையாடல்)
இதம் தந்த வரிகள் (2002) (கு. அழகிரிசாமி - சுந்தர ராமசாமி
கடிதங்கள்), ஒரு தடா கைதிக்கு எழுதிய கடிதங்கள் (2006)

நினைவுக் குறிப்புகள்
ஜீவா (2003), கிருஷ்ணன் நம்பி (2003), க.நா.சு. (2003),
சி.சு. செல்லப்பா (2003), பிரமிள் (2005), ஜி. நாகராஜன் (2006),
தி. ஜானகிராமன் (2007), கு. அழகிரிசாமி (2011),
தொ.மு.சி. ரகுநாதன் (2014), ந. பிச்சமூர்த்தி (2016),
நா. பார்த்தசாரதி (2016). கவிமணி (2019)
மௌனி - வெ. சாமிநா சர்மா - என்.எஸ். கிருஷ்ணன் (2019)

மொழிபெயர்ப்புகள்
செம்மீன் (1962) (தகழி சிவசங்கரப்பிள்ளையின் சாகித்திய
அகாதெமி பரிசுபெற்ற மலையாள நாவல்)
தோட்டியின் மகன் (2000) (தகழி சிவசங்கரப்பிள்ளை)
தொலைவிலிருக்கும் கவிதைகள் (2004)

பிரசாதம்

சுந்தர ராமசாமி (1931 – 2005)

தமிழின் முன்னோடி எழுத்தாளர்களில் ஒருவரான சுந்தர ராமசாமி நாகர்கோவிலில் பிறந்தார். பள்ளியில் மலையாளமும் ஆங்கிலமும் சமஸ்கிருதமும் கற்றார். 1951இல் 'தோட்டியின் மக'னைத் தமிழில் மொழிபெயர்த்ததே முதல் இலக்கியப் பணி. 1951இல் புதுமைப்பித்தன் நினைவு மலரை வெளியிட்டார். இவரது முதல் கதையான 'முதலும் முடிவும்' அதில் இடம் பெற்றது. மூன்று நாவல்களும் பல கட்டுரைகளும் சுமார் 75 சிறுகதைகளும், பசுவய்யா என்ற பெயரில் கவிதைகளும் எழுதினார். 1988இல் *காலச்சுவடு* இதழை நிறுவினார்.

சுந்தர ராமசாமிக்கு டொரொன்டோ (கனடா) பல்கலைக்கழகம் வாழ்நாள் இலக்கியச் சாதனைக்கான 'இயல்' விருதை (2001) வழங்கியது.

வாழ்நாள் இலக்கியப் பணிக்காகக் 'கதா சூடாமணி' விருதையும் (2003) பெற்றார்.

சுந்தர ராமசாமி 14.10.2005 அன்று அமெரிக்காவில் காலமானார்.

மனைவி: கமலா. குழந்தைகள்: தைலா, கண்ணன், தங்கு. (மூத்த மகள் சௌந்தரா 1996இல் காலமானார்.)

● அன்பார்ந்த வாசகருக்கு,

வணக்கம்.

காலச்சுவடு நூலை வாங்கியமைக்கு நன்றி.

நூலின் உள்ளடக்கம், உருவாக்கம், அட்டைப்படம் இன்ன பிற அம்சங்கள் பற்றிய உங்கள் கருத்துகளையும் ஆலோசனைகளையும் காலச்சுவடு வரவேற்கிறது. தகவல், எழுத்து, வாக்கியப் பிழைகள் தென்பட்டால் அவசியம் தெரிவித்து உதவுங்கள். நூல் தயாரிப்பில் கடும் குறைபாடு இருப்பின் மாற்றுப் பிரதி உங்களுக்குக் கிடைக்கக் காலச்சுவடு ஏற்பாடு செய்யும்.

மின்னஞ்சல்: **publisher@kalachuvadu.com**

காலச்சுவடு நாகர்கோவில் அலுவலகத்திற்குக் கடிதம் அனுப்பலாம்.

தங்கள்
எஸ்.ஆர். சுந்தரம் (கண்ணன்)
பதிப்பாளர் — நிர்வாக இயக்குநர்

Unauthorised use of the contents of this published book, whether in e-book or hardcopy format, for any type of Artificial Intelligence (AI) training — including but not limited to Machine Learning, Deep Learning, Natural Language Processing, Computer Vision, Chatbot Training, Image Recognition Systems, Recommendation Engines, and Language Models — is strictly prohibited without prior licensing from the publisher. Any such unauthorised use may result in legal action.

சுந்தர ராமசாமி

பிரசாதம்

காலச்சுவடு பதிப்பகம்

பிரசாதம் ❋ சிறுகதைகள் ❋ ஆசிரியர்: சுந்தர ராமசாமி ❋ © கமலா ராமசாமி ❋ முதல் பதிப்பு: ஜனவரி 1964, காலச்சுவடு முதல் பதிப்பு: டிசம்பர் 2007, ஒன்பதாம் பதிப்பு: செப்டம்பர் 2025 ❋ வெளியீடு: காலச்சுவடு பப்ளிகேஷன்ஸ் (பி) லிட்., 669 கே.பி. சாலை, நாகர்கோவில் 629001

pirasaatam ❋ Short Stories ❋ Author: Sundara Ramaswamy ❋ © Kamala Ramaswamy ❋ Language: Tamil ❋ First Edition: January 1964, Kalachuvadu First Edition: December 2007, Ninth Edition: September 2025 ❋ Size Demy 1 x 8 ❋ Paper: 18.6 kg maplitho ❋ Pages:128

Published by Kalachuvadu Publications Pvt. Ltd., 669 K.P. Road, Nagercoil 629001, India ❋ Phone: 91-4652-278525 ❋ e-mail: publications @kalachuvadu.com ❋ Printed at Clicto Print, Jaleel Towers, 42 KB Dasan Road, Teynampet Chennai 600018

ISBN: 978-81-89945-31-2

09/2025/S.No.568, kcp 6053, 18.6 (9) uss

பொருளடக்கம்

முன்னுரை	9
பிரசாதம்	15
சன்னல்	33
லவ்வு	40
ஸ்டாம்பு ஆல்பம்	54
ஒன்றும் புரியவில்லை	63
வாழ்வும் வசந்தமும்	74
கிடாரி	87
சீதைமார்க் சீயக்காய்த்தூள்	110
மெய் + பொய் = மெய்	121
பின்னிணைப்பு	127

முன்னுரை

என் கைவசமிருக்கும் பத்துப்பதினெட்டு கதைகளின் அச்சுப் பிரதிகளிலிருந்து நானே பொறுக்கி எடுத்தவை இந்த ஒன்பதும். என் மீது நான் வைத்திருக்கும் நம்பிக்கையை இவை ஆமோதிப்பதாக எனக்குள் ஒரு எண்ணம்.

1951இல் எழுத ஆரம்பித்த நான், மனித குலத்தை உய்விக்கும் பெரும்பணியில் எனது தொண்டையும் செலுத்திவிட வேண்டும் என்ற ஆசையினாலும், புதுமையிலும் புரட்சியிலும் அப்போது என் மனம் கொண்டிருந்த மோகத்தினாலும் மார்க்ஸீய அரசியல் – இலக்கியக் கொள்கைகளைத் தழுவி, சுருதி சுத்தமான உலகம் மலர கனா கண்டு, தத்துவம் – திட்டம் சுமந்து பிறப்பித்த கதைகளில் சில, என் முதல் கதைத் தொகுதியில் இடம் பெற்றுள்ளன. சும்மா தரையில் உட்கார்ந்து எழுதிய கதைகளும் அதில் உண்டு. 1956ஆம் ஆண்டு உலக நிகழ்ச்சிகள், அன்று வரையிலும் மனவேதனையை அளித்துக்கொண்டிருந்த சந்தேகங்களைச் செம்மை யாக ஊர்ஜிதம் செய்து என் முள் முடியைப் பிடுங்கி எறிந்துவிட்டன. இதன் பின் வாழ்க்கைக் கண்ணோட்டமும், அதன் ஒரு கிளையான கலைக் கொள்கைகளும் மாறுதல் உற்றன.

இந்த 'இரண்டாவது' மனநிலையில் எழுதிய கதைகள் இவை.

இப்போது மீண்டும் படித்துப் பார்க்கையில், இக்கதைகள், கலைமீது நான் கொண்டுள்ள பிரேமையை எனக்கு உணர்த்துகின்றன. கலை என்று கிளம்பி, நடுவில் மற்றொன்றில் தாவி, வேறொன்றைத் தழுவி, தழுவியதை எல்லாம் கலை எனச் சாதித்து, எதெதற்கோ எழுந்த கரகோஷங்களை எல்லாம் கலைவெற்றி எனக் கருதி ஏமாறுவது என் விதி அல்ல என்பதை இக்கதைகள் எனக்கு உணர்த்துகின்றன.

எனது தளைகள், எனது சஞ்சலங்கள், எனது மீட்சி இவை அல்ல; நான் காணும் அறுவடையே உங்களுக்கு முக்கியம். சொல்லப் போனால் எனக்கும் அப்படித்தான். நான் படைப்பவை என்னை அர்த்தப்படுத்தாத வரையிலும் என் முயற்சி வீண், என்னைப் பொறுத்த வரையிலும்.

என்னை அர்த்தப்படுத்தும் வரிகள் ஏதோ ஒரு வகையில் உங்களுக்கும் அர்த்தமுள்ளதாகப்படும் என்பதே என் நம்பிக்கை. இந்த நம்பிக்கை பொய்த்துவிட்டாலும் இத்தொழிலே என் விதி. ஏனெனில் வேறு யாருக்காக இல்லாவிட்டாலும் எனக்காக நான் இதை மேற்கொண்டாக வேண்டும். வேதனையுடன், அதிருப்தியுடன், பேருவகையுடன், தீராத குறையுணர்ச்சியுடன், கசப்புணர்ச்சியுடன், பழையபடி துளிர்க்கும் நம்பிக்கைகளுடன், சிலுவை சுமக்கப் பிறந்தவன் கலைஞன்.

கைக்கு எட்டாது நிற்கும் கனவும், எட்டிய மறுகணம் புளிப்பது இத்தொழிலின் விதிபோலும். இக் கதைகளை எண்ணி இவை பிறந்த காலத்தில் நான் அடைந்த உற்சாகம் இப்போது எனக்கு இல்லை. திட்டமிட்டபடி எழுதி முடித்த கதைகள் இவை. சர்வாதிகாரத்தின் கீழ் திட்டங்கள்போல் இவை கறுக்காய் இலக்குகளை எட்டிவிட்டன. இலக்குகளை மட்டுமே எட்டின. நான் எறிந்த கத்திகள் புள்ளிகளில் குத்தி நிற்கும் அழகைக் கண்டு சந்தோஷப்படுகிறேன். ‘இருந்தாலும் ....’ என இப்பொழுது எண்ணாமல் இருக்க முடியவில்லை.

வாழ்வின் கதி நதியின் பிரவாகம்; அது நம் இச்சைக்கு அப்பாற்பட்டது. தத்துவம், திட்டம், அனுமானம், ஹேஷ்யம், ஜோஸ்யம், இத்தனைக்கும் அது வெற்றிகரமாக ‘பெப்பே’ காட்டிவிட்டு ஓடுகிறது. கைகுலுக்க வரும் பாவனையில் அருகணைந்து, மறுகணம் புறங்கையைக் காட்டிவிட்டு நழுவிப் போய்விடும் பித்து அதன் போக்கு. அர்த்தத்தை அதன்பால் திணித்துவிடுவது மிகவும் லேசான காரியம்தான். அகப்பட்டதை எல்லாம் தொங்கவிடும்படி ஒரு நீளமான ‘கோட் ஸ்டாண்டு’

கைவசமிருப்பது எத்தனை ஆசுவாசமானது! இன்றுவரை தோன்றியுள்ளதும் இனிமேல் தோன்றப்போவதுமான வியாதிகளுக்கு மருந்துச் சீட்டுக்கள் கைவசமிருக்கும் நிலையில் ஆஹா, எத்தனை நிம்மதி! அத்துடன் கைவசமிருக்கும் விடைகளுக்கு ஏற்ற கேள்விகளும் அவ்வப்போது கிளம்பத்தான் செய்கின்றன. நம்பரைப் பார்த்து மருந்துச் சீட்டை எடுக்க வேண்டியது. வேலை முடிந்தது! சில சமயம் கடவுளின் அஜாக்கிரதையால் நடைமுறை, தத்துவத்திற்கு விரோதமாகக் கிளம்பிவிடுகிறது அல்லவா? ஓ! அந்த விஷயமா? அதனால் என்ன? தத்துவவாதிக்கு மூளை இல்லையா? ஒரு கண்ணை லேசாகச் சுழித்துக்கொண்டு 'வால் முளைத்துவிட்ட' நடைமுறையை நாலாக முறித்துத் தத்துவத்திற்குள் திணித்துவிட வேண்டியது. அவ்வளவுதான்! இவர்களுக்குத் தத்துவம் யானைக்கால் மாதிரி. நடைமுறை, தத்துவத்தை மறுப்பதை மனசார உணர்ந்த பின்பும் அதையே விடாமல் சுமந்துகொண்டிருக்கும் முரண்பாடில்லாத கோழைகள் இவர்கள்.

அர்த்தமற்றதாயும், மாறுபட்ட கோலங்காட்டுவதாயும், முரண்படுவதாயும், நன்மை – தீமை எனும் முகங்களை மாறி மாறி அணிவதாயும் அமையும் இவ்வுலகை எவ்வாறு நான் புரிந்துகொள்வது? எனக்கு என் வாழ்க்கை என்றாலே என் அனுபவம் மட்டும்தானே? ஆக, இதுதான் வாழ்க்கை என்று நான் 'பிடித்து' வைத்துக் கோடு கீச்சுகிற போதே, நான் சற்றும் எதிர்பாராதவிதமாய், என்னை ஆச்சரியத்தில் ஆழ்த்தும் வண்ணமாய் எவ்வாறு இவ்வுலகம் புதுக்கோலம் கொண்டு இயங்குகிறதோ அதுதான் வாழ்க்கை என நான் எண்ணவா? என் கைக்கு எட்டாது, எனது காலடியில் நழுவும் அதன் வெற்றியை நான் ஒப்புக்கொள்கிறேன்.

இருந்தாலும் இலக்கியம் சங்கீதம் அல்ல என்பதாலேயே அர்த்தமும் தத்துவமும் அதன் உடன் பிறந்த சங்கடங்கள். எனவே தத்துவத்தின் ஒரு சாயலில், திட்டத்தின் ஒரு நிலையில் நின்றே தொழிலைத் தொடங்க வேண்டியதாக இருக்கிறது. எனினும் கலைஞன், சிருஷ்டி கருமத்தில் முன்னேறும்போது, மனசை ஏற்கனவே பற்றியிருக்கும் முடிவுகள், தத்துவச் சாயல்கள் இவற்றைத் தாண்டி, சத்திய வேட்கை ஒன்றையே உறுதுணையாய் கொண்டதன் விளைவால், கலை சத்திய வெறி பெற்று, குறுகிய வட்டங்களை 'நிரூபிக்க'க் குறுகாமல், அனுபவத்தின் நானாவிதமானதும், மாறுபட்டதும், முரண்பட்டதுமான சித்திரங்களின் மெய்ப்பொருளை உணர்த்தவேண்டும். நான் நம்பும் கலை இது.

இன்றுள்ள மனநிலையில் இத்தொகுதியிலுள்ள 'வாழ்வும் வசந்தமும்' என்ற கதை எனது ஆசையைப் பூர்த்தி செய்வது போல் அமைந்திருக்கிறது. தத்துவம் – திட்டம் இவற்றின் உபாதைகள் நீங்கி, உருவாக்கப்பட்ட தன்மை காட்டாது, ஒரு மண்புழு போல, ஒரு பூப்போல, வானவில் போல, ஒரு வெற்றிலை போல சிருஷ்டியின் முழுமையும், இயற்கையின் அமைதியும் அக்கதை பெற்றுவிட்டது என் அதிருஷ்டம். வாழ்க்கைத் தோட்டத்திலிருந்து ஒரு செடியைப் 'பிடுங்கி' வைக்காமல், செடியை அதன் வேரோடும், வேரடி மண்ணோடும் இடம் மாற்றிய காரியம் ஒன்றையே நான் செய்திருக்கிறேன் என்ற பிரமையை ஏற்படுத்துவதில் இக்கதையில் நான் வெற்றி கண்டிருக்கிறேன். உத்தேசத்தைப் பூர்ணமாக மறைக்கும் பாவனையின் வெற்றி உத்தேசத்தைப் பூர்ணமாக நிறைவேற்றித் தந்திருக்கிறது. இவ்வாறு அமைந்த ஒன்று என் பேனாவுக்குச் சொந்தமாகிவிட்டது என் அதிருஷ்டம்.

மற்ற கதைகள் ஒவ்வொரு விதத்தில் வெற்றி அடைந்த கதைகள்; வெவ்வேறு விதத்தில் வெற்றி பெறாத கதைகள்.

இத்தொகுதியிலுள்ள 'சன்னல்' என்ற கதை மட்டும் 1953இல் எழுதியது. ஒருநாள் பழைய நினைவுகளுக்கு ஆட்பட்டு வீட்டு முற்றத்தில் நின்றிருந்த நான் திடுமென அறைக்குள் நுழைந்து மனவேதனையுடனும் ஆவேசத்துடனும் ஒரே மூச்சில் எழுதி முடித்த கதை அது. இதுபற்றி இப்போதும் பசுமையான நினைவு. 1958இல் நண்பர் ஸ்ரீ வ. விஜயபாஸ்கரனுக்கு இக்கதையை அனுப்பிக் கொடுத்தபோது நகல் எடுத்த நினைவே தவிர திருத்தம் எதுவும் செய்த நினைவு இல்லை. அதில் வரும் அம்பி நான்தான். இப்பொழுது எவ்வளவோ ஆரோக்கியமாக இருந்து வருகிறேன்.

இந்தத் தருணத்தில் 'சரஸ்வதி'யையும் நண்பர் விஜயபாஸ்கரனையும் நினைவுகூராமல் இருக்க முடியவில்லை. தனக்குத்தானே பேசிக்கொள்வதுபோல் ஆத்மாவுக்கு அவசியமான சுதந்திரத்தை வழங்கி பேனாவை ஓட்ட நண்பரோ, அவருடைய பத்திரிகையோ தடையாக இருந்தது இல்லை. ஒரு தமிழ்ப் பத்திரிகை ஆசிரியராக இருந்த போதிலுங்கூட நண்பர் விஜயபாஸ்கரனால், என் கதைகள் என் விருப்பப்படி இருந்தால் போதுமென எவ்வாறு எண்ண முடிந்தது என்பதை நினைந்து இன்றுவரையிலும் ஆச்சரியப்பட்டுக்கொண்டிருக்கிறேன். மகான்தான் அவர்.

'மெய்+பொய்=மெய்' என்ற கதைதான் இத்தொகுதியின் பின்னுரை. மூளையால் எழுதிய அக்கதையில் நான் எதிர்பார்த்த

அளவு கலை திரளவில்லை. ஒரு நீண்ட கட்டுரைக்குள் அடங்கும் விஷயத்தை அதில் சுருக்கமாகச் சொல்ல முடிந்துவிட்டது.

அக்கதையில் வரும் அருள்ராஜ் பொன்னப்பா, "பொய் சொல்லி, தந்திரங்களைக் கையாண்டு, மீண்டும் உண்மையை நிரூபித்துவிட்டது, போலீஸ்" என்றதும் எழுத்தாளர் முத்தையா, "நானும் அதைத்தான் செய்யப் பார்க்கிறேன், என்னால் முடிந்தவரையிலும்" என்று பதில் சொல்கிறார்.

அவர் கட்சி, நானும்.

நாகர்கோவில் சுந்தர ராமசாமி
24 ஆகஸ்டு 1963

பிரசாதம்

எழுபத்திமூன்று நாற்பத்தியேழு சுற்றிச் சுற்றி வந்தான். அன்றிரவுக்குள் அவன் ஐந்து ரூபாய் சம்பாதித்தாக வேண்டும். அப்பொழுதுதான் தலைநிமிர்ந்து வீட்டை நோக்கிச் செல்ல முடியும். பொன்னம்மையின் முகத்தை ஏறிட்டுப் பார்க்க முடியும். அவள் சிரிப்பதைப் பார்க்க முடியும். எல்லாவற்றிற்கும் மேலாகக் குழந்தையின் பிறந்த நாளைக் கொண்டாட முடியும்.

ஜங்ஷனுக்கு வந்தான். ஜங்ஷனிலிருந்து புறப்பட்டு வளைய வளையச் சுற்றிவிட்டு வந்தான். அதே ஜங்ஷன் தான்.

மெயின் ரஸ்தா ஓரத்தில் ஒரு புருஷனும் மனைவியும் ரஸ்தாவைத் தாண்டுவதற்குப் பத்து நிமிஷமாக இரண்டு பக்கமும் மாறிமாறிப் பார்த்துக்கொண்டு நின்றார்கள். அவள் ஒக்கலில் ஒரு குழந்தை. கோயிலுக்குப் போய்விட்டு வருகிறார்கள் என்பது தெளிவாகத் தெரிந்தது.

'இப்படித்தான் நானும் அவளும் நாளை கோயிலுக்குப் போய் வரவேண்டுமென்று நினைக்கிறாள் அவள்' என்று எண்ணினான் அவன். குழந்தையின் பிறந்தநாளை எவ்வளவு கோலாகல மாகக் கொண்டாட ஆசைப்படுகிறாள் அவள்! அன்று மாலை பொன்னம்மை சொன்ன ஒவ்வொரு சொல்லும் அவன் ஞாபகத்திற்கு வந்தது. அவளுடைய ஆசையே விசித்திரமானதுதான். தெருவழியாகக் குழந்தையைத் தூக்கிக்கொண்டு நடந்து போகிற காட்சியை அவள் வியாக்கியானம் செய்ததை அவன் எண்ணிப் பார்த்துக்கொண்டான்.

'நாளை விடியக் கருக்கலில் எழுந்திருக்க வேண்டும். சுடு தண்ணீரில் குழந்தையைக் குளிப்பாட்ட வேண்டும். பட்டுச் சட்டை போட்டு, கலர்நூல் வைத்துப் பின்ன வேண்டும். அந்தப் பின்னலில் ஒரு ரோஜா – ஒன்றே ஒன்று – அதற்குத் தனி அழகு. நாம் இருவரும் குழந்தையைக் கோயிலுக்கு எடுத்துச் செல்கிறபொழுது தெருவில் சாணி தெளிக்கும் பெண்கள், கோலம் இழைக்கும் பெண்கள் எல்லோரும் தலைதூக்கித் தலைத்தூக்கிப் பார்க்க வேண்டும். அவர்கள் தலைதூக்கிப் பார்ப்பதை நான் பார்க்க வேண்டும். நான் பார்த்து, உங்களைப் பார்க்க வேண்டும். நீங்கள் எல்லோரும் பார்ப்பதைப் பார்க்க வேண்டும். பார்த்துவிட்டு என்னைப் பார்க்க வேண்டும் . . .'

எழுபத்திமூன்று நாற்பத்தியேழு ஒரு நிமிஷம் தான் நிற்கும் இடத்தை மறந்து சிரித்தான். சட்டென்று வாயை மூடிக்கொண்டான். தம்பதிகள் ரஸ்தாவைத் தாண்டிப் போய் விட்டார்கள்.

ஆனால் பொன்னம்மை போட்ட திட்டமெல்லாம் நிறைவேறுவதற்கு இன்னும் ஐந்து ரூபாய் வேண்டும். ஐம்பது ரூபாய் செலவாகும். ஆனால் பொன்னம்மை அவனிடம் ஐந்து ரூபாய் தான் கேட்டாள். துணிமணி கடனாக வாங்கிக்கொண்டு வந்துவிட்டாள். அதை இரவோடு இரவாகத் தைக்கவும் கொடுத்து விட்டாள். சீட்டுப்பணம் பிடித்து குழந்தைக்கு மாலை வாங்கி விட்டாள். பால் விற்று அதையும் அடைத்துவிடுவாள். பிறந்தநாளை ஒட்டிய சில்லறைச் செலவுக்காகத்தான் அவள் பணம் கேட்டாள். ஐந்து ரூபாய்க் காசு. வீட்டில் காலணா கிடையாது. காலணா என்றால் காலணா கிடையாது. அன்று தேதி இருபத்தைந்து.

கைத்தடியைப் பூட்சில் தட்டிக்கொண்டே நின்றான் எழுபத்தி மூன்று நாற்பத்தியேழு. அவனைப் பார்ப்பதற்கு வேடிக்கையாக இருந்தது. ஒரு தடவை பார்த்தவர்கள் அவன் முகத்தை மறக்க முடியாது. முகத்தில் ஆறாத அம்மைத் தழும்பு. அடர்த்தியான புருவம். மண்டி வளர்ந்து இரு புருவமும் ஒன்றாக இணைந்துவிட்டது. காது விளிம்பில் ரோமம். மூக்கிற்குக் கீழ் கருவண்டு உட்கார்ந்திருப்பதைபோல் பொடி மீசை.

அவன் பார்வை தாழ்ந்து பறக்கும் பருந்தின் நிழல் மாதிரி ஓடிற்று. நீளமாக ஓடிற்று. வட்டம்போட்டது. குறுக்கும் மறுக்கும் பாய்ந்தது.

'ஒன்றும்' அகப்படவில்லை.

கழுத்தில் வேர்வை வழிந்தது. முகத்தில் சோர்வு. அங்கமெல்லாம் அசதி.

சுந்தர ராமசாமி

சர்வீஸில் புகுந்த பின்பு இன்றுபோல ஒருநாளும் விடிந்ததில்லை. யார் முகத்தில் விழித்தோமென்று யோசித்தான். கண் விழித்ததும் எதிரே சுவர்க்கண்ணாடியில் தன் முகம் தெரிந்தது ஞாபகத்திற்கு வந்தது. சிரித்துக்கொண்டான்.

பகற்காட்சி சினிமா முடிந்து மனித வெள்ளம் தெருவெங்கும் வழிந்தது. நெரிசலிலிருந்து விலகி நின்றுகொண்டான். கூட்டம் குறைந்ததும் மீண்டும் நடந்தான்.

நாலு மணிக்கு ஆரம்பித்த அலைச்சல். மணி ஏழு அடித்து விட்டது. இன்னும் சில நிமிஷங்களில் எட்டு அடித்துவிடும்.

பொழுது போய்கொண்டே இருந்தது. 'ஒன்றும்' அகப்படாம லேயே பொழுது போய்க்கொண்டிருந்தது.

அன்று சைக்கிளில் விளக்கில்லாமல் போவாரில்லை. சிறுநீர் கழிப்பதற்குப் பிரசித்தமான சந்துகள் ஒன்று பாக்கியில்லாமல் தாண்டி வந்தாகிவிட்டது. சந்துக்குள் நுழைபவர்களின் கண் களுக்குத் தென்படாமல், நின்று நின்று பார்த்தாகிவிட்டது. கால்வலி எடுத்ததுதான் மிச்சம். ஒரு குழந்தைகூட ஒன்றுக்குப் போகவில்லை.

முன்பெல்லாம் நம்மவர்கள் சாதாரண மனிதர்களாக இருந்தார்கள். இப்பொழுது பிரஜைகளாகிவிட்டார்கள். பொறுப்பு உணர்ச்சிகொண்ட பிரஜைகள் நீடூழி வாழ்க!

எழுபத்திமூன்று நாற்பத்தியேழு முகத்தைச் சுளித்துக் கொண்டான்.

மீண்டும் ஜங்ஷனிலிருந்து கிளம்பி, வடதிசை நோக்கி நடந்தான். நின்று நின்று நடந்தான். சிறிது நடந்துவிட்டு நின்றான். நடந்தான். நின்றான்.

கோபம் கோபமாக வந்தது.

எதிரே வந்த டாக்சி கார்களை எல்லாம் பட்பட்டென்று கைகாட்டி நிறுத்தினான். எல்லோரும் ஒழுங்காக லைசன்ஸ் வைத்திருக்கிறார்கள். ஐந்துபேர் போகவேண்டிய வண்டியில் மூன்றுபேர் போகிறார்கள். நாலுபேர் போகவேண்டிய வண்டியில் டிரைவர் மட்டும் போகிறான்.

பேஷ்! இனிமேல் இந்த தேசத்தில் போலீஸ்காரர்கள் தேவையில்லை.

கூலிகள் யாரையாவது அதட்டிப் பார்க்கலாம். ஒருவரையும் காணோம். புது சினிமா ஆரம்பமாகிற நாள். ஒருவரையும் காணோம்.

எல்லாக் கழுதைகளும் சினிமாவில் காசைக் கரியாக்கு கிறார்கள்.

அந்தி மயங்குகிற சமயம் 'கூல்டிரிங்' கடையில் 'ஸ்பிரிட்' வியாபாரம் ஆரம்பமாகும். மதுவிலக்கு அமுலிலிருக்கும் பிராந்தியம் இது. கடையின் வாசலில் போய் நின்றுவிட்டால்போதும். மாதாந்திரப் படி கையில் விழுந்துவிடும். பிறந்தநாளை ஜமாய்த்து விடலாம்.

ஆனால் கடை பூட்டியிருக்கிறது!

அவன் பாட்டிக்குக் குழந்தை பிறந்திருக்கும்! வியாபரத்தைக் கண்ணுக்குக் கண்ணாகக் கவனிக்க வேண்டாமோ?

சந்திலிருந்து ஒரு குதிரை வண்டி திரும்பி மெயின் ரஸ்தாவில் ஏறிற்று. சாரதி சிறுபயல். மீசை முளைக்காத பயல். அவனும் விளக்கேற்றி வைத்திருக்கிறான்!

வண்டி அருகே வந்தது.

"லேய், நிறுத்து."

குதிரை நின்றது.

"ஒங்கப்பன் எங்கலே?"

"வரலே."

"ஏனாம்?"

"படுத்திருக்காரு."

"என்ன கொள்ளே?"

"வவுத்தெ வலி."

"எட்டணா எடு."

"என்னாது?"

"எட்டணா எடுலெ."

"ஒம்மாண இல்லை."

"ஒங்கம்மெ தாலி. எடுலே எட்டணா."

"இன்னா பாரும்" என்று சொல்லிக்கொண்டே பயல் நுகக்காலில் நின்றுகொண்டு வேஷ்டியை நன்றாக உதறிக் கட்டிக் கொண்டான்.

"மோறையெப் பாரு. ஓடுலெ ஓடு. குதிரை வண்டி வச்சிருக்கான் குதிரை வண்டி. மனுசனாப் பொறந்தவன் இதிலே ஏறு வானாலே."

குதிரை நகர்ந்தது.

தபால் ஆபீஸ் பக்கம் வந்தான் எழுபத்திமூன்று நாற்பத்தியேழு. எதிர்சாரி வெற்றிலைப் பாக்குக் கடை பெஞ்சில் அமர்ந்தான்.

சுந்தர ராமசாமி

தொப்பியை எடுத்து மடியில் வைத்துக்கொண்டான். தலையைத் தடவிவிட்டுக்கொண்டான். கையெல்லாம் ஈரமாகி விட்டது. எரிச்சல் தாங்க முடியவில்லை. தொடை நோவும்படி நிக்கரில் பிசைந்து பிசைந்து துடைத்துக்கொண்டான். மேற்கும் கிழக்கும் பார்த்தான்.

அப்பொழுது தபால் நிலையத்தை நோக்கி ஒரு கனமான உருவம் வருவது தெரிந்தது. எங்கோ பார்த்த முகம் போலிருந்தது. கிருஷ்ணன் கோயில் அர்ச்சகரோ?

கிருஷ்ணன் கோவில் அர்ச்சகர் தபால் ஆபீசில் நுழைந்தார். கூர்ந்து கவனித்தான் எழுபத்திமூன்று நாற்பத்தியேழு.

அர்ச்சகர் கையில் ஒரு நீள உறை. எழுந்து பின்னால் சென்றான். அர்ச்சகர் தபால் பெட்டியருகே சென்றுவிட்டார்.

"வேய்!"

சட்டென்று திரும்பினார்.

"இங்கே வாரும்."

"இதெ போட்டுட்டு வந்துடறேன்."

"போடாமெ வாரும்."

அர்ச்சகர் ஸ்தம்பித்து நின்றார்.

"வாரும் இங்கே." – ஒரு அதட்டல்.

அர்ச்சகர் தயங்கித் தயங்கி வந்தார்.

நல்ல கனமான சரீரம். மொழுமொழுவென்று உடம்பு. உடம்பு பூராவும் எண்ணெய் தடவியதுபோல் மினுமினுப்பு. வளைகாப்புக்குக் காணும்படி வயிறு.

அர்ச்சகர் முன்னால் வந்து நின்றார்.

"அதென்னது கையிலே?"

"கவர்."

"என்ன கவரு?"

"ஒண்ணுமில்லை. சாதாக் கவர்தான். தபால்லே சேர்க்கப் போறேன்."

"கொண்டாரும் பாப்பம்."

வாங்கிப் பார்த்தான். உறையோடு ஒரு கார்டுமிருந்தது. கார்டு, யாரோ யாருக்கோ எழுதியது. நீள உறை உள்ளூர் டி.எஸ்.பி. அலுவலகத்திற்குப் போகவேண்டியது.

எழுபத்திமூன்று நாற்பத்தியேழு அர்ச்சகர் முகத்தை வெறிக்கப் பார்த்தான்.

அர்ச்சகர் முகம் சிவந்தது.

இமைக்காமல் பார்த்துக்கொண்டே இருந்தான். அர்ச்சகர் முகம் மேலும் சிவந்தது.

எழுபத்திமூன்று நாற்பத்தியேழுக்கு ஒரே சந்தேகம். ஒரே சந்தோஷம்.

அவனுடைய மகள் அதிருஷ்டசாலிதான்!

“இந்தக் கவர் உம்ம கையிலே எப்படி சிக்கிச்சு?”

குரலில் அதிகார மிடுக்கேறி விட்டது.

அர்ச்சகர் உதட்டைப் பூட்டிக்கொண்டு நின்றார். முகம் தொங்கிப் போய்விட்டது.

“வாயிலே கொளுக்கட்டையோ?”

அதற்கும் பதிலில்லை.

“மயிலே மயிலே எறகு போடுன்னா போடாது. நடவும் ஸ்டேஷனுக்கு.”

‘ஸ்டேஷனுக்கு’ என்ற வார்த்தை காதில் விழுந்ததும் உடம்பை ஓர் உலுக்கு உலுக்கியது அர்ச்சகருக்கு.

அர்ச்சகர் முதுகைப்பிடித்து இலேசாகத் தள்ளினான் எழுபத்திமூன்று நாற்பத்தியேழு.

அர்ச்சகர் தட்டுத்தடுமாறிப் பேச ஆரம்பித்தார்.

“நான் சொல்றதெ கொஞ்சம் பெரிய மனஸு பண்ணி தயவாக் கேக்கணும். எனக்குப் போராத காலம். இல்லைன்னா . . .”

“இழுக்காமெ விசயத்துக்கு வாரும்.”

“எனக்குப் போராத காலம். இல்லென்னா இந்த ஸந்தி வேளையிலே, நட்ட நடுக்க ஏதோ திருடன் மாதிரி, ஏதோ கொள்ளைக்காரன் மாதிரி, ரவுடி மாதிரி, ஜேப்படிக்காரன் மாதிரி . . .”

“அட சட்! விசயத்தை கக்கித் தொலையுமே. இளு இளுன்னு இளுக்கான் மனிசன்.”

“இதோ இந்த கார்டெ சேக்கப்போனேன். கோவிலுக்குப் பக்கத்திலெ தபால் பெட்டி தொங்கறது. தொங்கற தபால் பெட்டியிலெ இந்தக் கார்டெ சேக்கப்போனேன்.”

“போற வளியில இந்தக் கவர் ரோட்டிலே படுத்துக்கிட்டு, அர்ச்சகரே வாரும் வாரும்னு கூவி அளச்சுதாக்கும்!”

“நான் சொல்றத கொஞ்சம் பெரிய மனஸு பண்ணி தயவாக் கேக்கணும். தொங்கற தபால் பெட்டியிலெ இந்தக் கார்டெ போடப் போனேன். போட முடியலெ.”

“கை சுளிக்கிடிச்சோவ்?”

“இல்லெ. இந்த நீளக்கவர் தொங்கற தபால் பெட்டியிலெ வாயெ மறிச்சுண்டிருந்தது.”

“ஆமாய்யா! அப்படி கொண்டாரும் கதெய.”

“கதை இல்லை. நெஜத்தெ அப்படியே சொல்றேன். தொங்கற தபால் பெட்டியிலெ இந்த நீளக்கவர் வாயெ மறிச்சுண்டு வளஞ்சு கெடந்தது.”

“அ . . . ட . . . டா!”

“இந்தக் கார்டெ ஆனமட்டும் உள்ளே தள்ளிப் பார்த்தேன். தள்ளித் தள்ளிப் பார்த்தேன். உள்ளே போகமாட்டேன்னு சொல்லிடுத்து.”

“சொல்லும் சொல்லும்.”

“தொங்கற தபால் பெட்டி வாய் நுனியிலே அப்படியே ரெண்டு விரலெ மட்டும் உள்ளே விட்டு நீளக்கவரெ வெளியிலே எடுத்தேன்.”

“அபார மூளெ!”

“சொல்றதெ கொஞ்சம் கேளுங்களேன். நான் ஒரு தப்பும் பண்ணலெ. தப்புத் தண்டாவுக்குப் போறவனில்லே நான். ஊருக்குள்ளெ வந்து விசாரிச்சா தெரியும். நாலு தலமொறயா நதீக்கிருஷ்ணன் கோவில் பூசை எங்களுக்கு. இன்னித் தேதி வரையிலும் . . .”

“அட விசயத்தை சுருக்கச் சொல்லித் தொலையுமே அய்யா. செக்குமாடு கணக்கா சுத்திச் சுத்தி வாறான் மனுசன்.”

“தொங்கற தபால் பெட்டி வாயிலெ ரெண்டு விரல் மட்டும் விட்டுக் கவரை வெளியிலெ எடுத்து, கார்டையும் கவரையும் சேத்துப் போடப் பாத்தேன். முடியலெ.”

“முடியாது முடியாது.”

“தள்ளித் தள்ளிப் பார்த்தேன். கவர் மடிஞ்சு மடிஞ்சு வாயெ அடச்சுது. என்ன சேறதுனு தெரியலெ. திருதிருன்னு விழிக்கிறேன். மேலையும் கீழையும் பாக்கறேன். முன்னும் பின்னும் போகலெ எனக்கு. என்னடா சேறதுன்னு யோசிச்சேன். சரி, அந்த நதீக்கிருஷ்ணன் விட்டது வழின்னு மனசெ தேத்திண்டு, பெரிய தபாலாபீஸிலெ கொண்டுவந்து சேத்துப்புடறதுனு தீர்மானம் பண்ணிண்டு வறேன்.”

“அவ்வளவும் கப்ஸா, அண்டப் புளுகு!” என்றான் எழுபத்தி மூன்று நாற்பத்திதேழு.

“ஒரே அடியா அப்படிச் சொல்லிடப்படாது. நான் சொன்னதெல்லாம் நெஜம். கூட்டிக் கொறச்சுச் சொல்லத் தெரியாது எனக்கு. மந்திரம் சொல்ற நாக்கு இது. பொய் வராது.”

“சரி சரி. ஸ்டேசனுக்குப் போவோம்.”

அர்ச்சகர் எழுபத்திமூன்று நாற்பத்தியேழின் கைகளைப் பிடித்துக்கொண்டு கெஞ்சினார். அவர் அடைந்த கலவரம் பேச்சில் தெரிந்தது. ஸ்பரிசத்தில் தெரிந்தது. முகத்தில் பிரேதக்களை தட்டிவிட்டது.

“நான் பொய் சொல்லலெ; நான் ஒரு தப்பும் பண்ணலெ. நான் சொல்றது சத்தியம். நதீக்கிருஷ்ணன் கோவில் மூலவிக்கிரகம் சாட்சியாச் சொல்றேன். நான் சொல்றது பொய்யானா, சுவாமி சும்மாவிடாது. கண்ணெப் புடுங்கிப்புடும். கையெயும் காலையும் முடக்கிப்புடும்.”

“உடம்பெ அலட்டிக்கிடாதெயும். ஸ்டேஷனுக்கு வாரும்.”

அர்ச்சகர் கையைப் பிடித்துக்கொண்டு நடக்க ஆரம்பித்தான் அவன்.

அர்ச்சகர் மெதுவாகக் கையை இழுத்துக்கொண்டு பின் தொடர்ந்தார். அவருக்கு உடம்பெல்லாம் கூசியது. அவமானத்தால் உள்வாங்கி நடந்தார். அவருக்குத் தெரிந்த ஆயிரமாயிரம் பேர்கள் சுற்றிச் சூழ நின்றுகொண்டு வேடிக்கைப் பார்ப்பது போலிருந்தது. எல்லோரும் அதிசயத்தோடு பார்த்துக்கொண்டு நின்றார்கள்.

பஜாரைத் தாண்டித்தான் ஸ்டேஷனுக்குப் போகவேண்டும். எல்லா வியாபாரிகளையும் அவருக்குத் தெரியும். வியாபாரிகளின் ஜென்ம நக்ஷத்திரத்தன்று கோயிலில் பூசை செய்து பிரசாதம் கொண்டுபோய் கொடுப்பார். எல்லோருக்கும் அவரிடத்தில் மதிப்பு. அவர்கள் முன்னால் நடந்துபோக வேண்டும். எல்லோரும் கடை வாசலில் நின்று பார்ப்பார்கள்.

அர்ச்சகருக்குத் தான் ஜெயில் கம்பிகளைப் பிடித்துக்கொண்டு நிற்பது மாதிரித் தோன்றிற்று. மனைவியும் குழந்தைகளும் முன்னால் நின்று நெஞ்சிலடித்துக்கொண்டு அழுகிறார்கள். போலீஸ் சேவகன் வந்து தடியால் அவர்களை வெளியே தள்ளுகிறான்.

எழுபத்திமூன்று நாற்பத்தியேழின் காலில் சாஷ்டாங்கமாக விழுந்துவிடுவோமா என்று எண்ணினார் அர்ச்சகர். குய்யோ முறையோ என்று கத்தி கூட்டத்தைக் கூட்டுவோமா என்றும் எண்ணினார். நூறுபேர் கூடத்தானே செய்வார்கள். நூறுபேர் கூடினால் தெரிந்தவர்கள் பத்துபேர் இருக்கத்தானே செய்வார்கள். ‘இது என்ன அநியாயம்’ என்று முன்வந்து சொல்லமாட்டார்களா ?

ஆனால் வாயைத் திறந்தாலே முதுகில் அறை விழுமோ என்று பயந்தார். மேலும் அவருக்குத் தொண்டையை அடைத்தது. நிமிஷத்திற்கு நிமிஷம் வயிற்றிலிருந்து கனமான ஏதோ ஒன்று மேலெழும்பி நெஞ்சைக் கடைந்தது. துக்கத்தை விழுங்கி விழுங்கிப் பார்த்தார். ரோட்டிலேயே அழுதுவிடுவோமோவென்று பயந்தார்.

மெயின் ரஸ்தா இன்னும் வரவில்லை. இருமருங்கிலும் ஓங்கி வளர்ந்திருந்த வேப்பமரங்கள் இருளைப் பெய்துகொண்டிருந்தன. அர்ச்சகர் துண்டால் முகத்தைத் துடைத்துக்கொண்டார்.

சிறிது தூரம் சென்றதும் நின்றார் அர்ச்சகர். தெரு விளக்கின் ஒளி அவர் முகத்தில் விழுந்தது. எழுபத்திமூன்று நாற்பத்தியேழு அவர் முகத்தைப் பார்த்தான். கண்கள் சிவந்திருந்தன. அர்ச்சகர் துண்டால் மூக்கைத் துடைத்துக்கொண்டு சொன்னார்:

"நான் ஒரு தப்பும் பண்ணலெ. ஒரு தப்பும் பண்ணலெ." இதைச் சொல்லும்போது அழுதுவிட்டார் அவர்.

"நான் என்ன வேய் செய்ய முடியும்? நான் என் ட்யூட்டியெ கரெக்டா பாக்கிற மனுஷன்."

"நான் சொல்றது நம்பிக்கையில்லையா?"

"நம்பிக்கையெப் பொறுத்த விஷயமில்லே வேய் இது. ஸ்டேஷனுக்கு வாரும். இன்ஸ்பெக்டருக்கிட்டே விஷயத்தைச் சொல்லும். இன்ஸ்பெக்டரு விட்டா நானா பிடிச்சுக் கட்டப் போறேன்?"

"இன்ஸ்பெக்டர் விட்டுடுவாரோ?"

"எனக்கு என்ன ஜோஸ்யமா தெரியும்?"

"இன்ஸ்பெக்டர் வெறொண்ணும் செய்யமாட்டாரே?"

"என்னது?"

"இல்லே... வந்து... அடிகிடி இந்த மாதிரி..." அதைச் சொல்வதற்கே வெட்கமாயிருந்தது அவருக்கு.

இத்தனை பெரிய சரீரத்தில் அதைவிடவும் பெரிய கோழைத்தனம் குடிபுகுந்திருப்பதை எண்ணி மனதுள் சிரித்துக் கொண்டான் எழுபத்தி மூன்று நாற்பத்தியேழு.

"அடிகிடியெல்லாம் கேஸைப் பொறுத்தது. அடிக்கப் படாதுன்னு சட்டமா? சந்தேகம் வந்திடுச்சின்னா எலும்பெ உருவி எடுத்துடுவாங்க. அதிலேயும் இப்ப வந்திருக்கிற இன்ஸ்பெக்டரு எமகாதகன். நச்சுப்புடுவான் நச்சு."

“ஐயோ, எனக்கு என்ன செய்யணும் தெரியலையே” என்று அர்ச்சகர் பிரலாபித்தார். அந்தக் குரல் எழுபத்திமூன்று நாற்பத்தியேழின் மனதைத் தாக்கிற்று.

“உம்மைப் பார்த்தா எனக்கு எரக்கமாகத்தான் இருக்குது.”

“அப்படீன்னா என்னெ விட்டுடுமே. உமக்கு கோடிப் புண்ணியம் உண்டு.”

“அது முடியுமா? கேஸிலே புடிச்சா விடமுடியுமா? வெளெயாட்டுக் காரியமா? உத்தியோகம் பணயமாயுடுமே.”

அர்ச்சகர் சிலைபோல் நின்றார்.

மீண்டும் எழுபத்திமூன்று நாற்பத்தியேழுதான் பேச்சை ஆரம்பித்தான்.

“ஒண்ணு வேணாச் செய்யலாம்; அதும் பாவமேணு பாத்துச் செய்யணும்.”

“என்னது?”

“எச். ஸீ. ட்டெச் சொல்லிக் கேஸை ஒரு மாதிரியா வெளிக்கித் தெரியாமெ ஓச்சுடலாம்.”

“அதாரு எச். ஸி?”

“ஹெட் கான்ஸ்டபிள்.”

“அப்படின்னாச் சொல்லும். நீர் நன்னா இருப்பேள். நதீக்கிருஷ்ணன் ஒம்மைக் கண் திறந்து பாப்பன்.”

“எச். ஸி. முன்னாலெ போய் இளிக்கணும். அதிலேயும் பெரிய சீண்ட்றம் புடிச்ச மனிசன் அவன். உடனே கொம்புலெ ஏறிடுவான். கால் மேலே காலெப் போட்டுக்கிடுவான்.”

“நீர் எனக்காகச் சொல்லணும். இல்லைன்னா நான் அவமானப்பட்டு அழிஞ்சி போயுடுவேன். இது பணத்தாலெ காசாலெ நடத்தற ஜீவனமில்லெ. கேஸுகீஸுன்னு வந்துடுத்தா உத்தியோகம் போயுடும். நான் சம்சாரி. அன்னத்துக்கு லாட்டரியடிக்கும்படி ஆயுடும். ஒரு மனுஷன் முகத்திலே முழிக்க முடியாது. நீர் எச். ஸிட்டெ சொல்லும். இந்த ஆயுஸு பூராவும் நதீக்கிருஷ்ணனோடெ சேத்து உம்மையும் நெனச்சுப்பேன்.”

“அது சரிதான் வேய். உம்ம வயித்திலே மண்ணடிக்கணும்ங்கற ஐடியா கெடயாது எனக்கு. எச்.ஸி. ஒரு மாதிரி ஆளு. ஈவு இரக்கம் அவன் போன வளியிலே கிடையாது. மேலும் பெரிய துட்டுப்பிடுங்கி.”

“என்னது?”

“துட்டுப்பிடுங்கி. காணிக்கை வச்சாத்தான் சாமி வரம் தரும். இந்த எளவுக்காகச் சுட்டித்தான் அந்த மனுசங்கிட்டே வள்ளிசா சிபாரிசுக்கு போறதில்லை நான்.”

“என்ன கொடுக்கணும்?”

“அஞ்சு பத்து கேப்பான்.”

“அஞ்சா? பத்தா?”

“பத்து ரூபாய்க் காசில்லாமெ ஒரு கேஸெ ஓய்ப்பானா?”

“பத்து ரூபாயா!”

“ஏன் வேய்?”

“பத்து ரூபாய்க்கு இப்போ நான் எங்கே போறது?”

“வேணும்னா செய்யும். இல்லைன்னா வருது போலே பாத்துக்கிடணும்.”

அர்ச்சகர் வாய் திறவாமல் நடந்தார். மீண்டும் எழுபத்தி மூன்று நாற்பத்தியேழுதான் பேச்சை ஆரம்பித்தான்.

“என்ன? என்ன சொல்லுதீரு?”

“ஊஹூம். நான் எங்கே போவேன் பத்து ரூபாய்க்கு?” கணீரென்ற குரலில் சொன்னார் அர்ச்சகர். எழுபத்திமூன்று நாற்பத்தியேழுக்கு கோபம்தான் வந்தது.

“இப்போ யாரு வேய் தரணும்னு களுத்தெப்புடிக்கா? யாரோ லஞ்சம் புடுங்குதாப்லெ படுதீரெ. துரிசமா நடவும். இன்ஸ்பெக்டர் வீட்டுக்குப் போகுதுக்கு முன்னாடி போயுடணும். கொஞ்சம் கஷாயம் குடிச்சாத்தான் உடம்புக்கு சரிப்பட்டு வரும் உமக்கு.”

“ஒடனெ கத்தரிச்சுப் பேசறேரே.”

“கத்தரியுமில்லெ இடுக்கியுமில்லெ. வாய் பேசாமெ நடவும்.”

சிறிது தூரம் சென்றதும் மீண்டும் பேச்சை ஆரம்பித்தான் எழுபத்திமூன்று நாற்பத்தியேழு.

“இப்பம்தான் ஞாபகம் வருது. அன்னைக்கு டி.எஸ்.பி., ஆபிஸிலேருந்து ஒரு கடிதாசி வந்துச்சு. டி.எஸ்.பி. ஆபிஸிலேருந்து காயிதமெல்லாம் மாயமா மறஞ்சு போகுதாம். காக்கிச்சட்டைக் காரங்க நாந்துக்கிட்டு சாகப்படாதாங்கற தோரணையிலே எழுதியிருந்தாங்க. இப்பம்தாலா விஷயம் தெரியுது?”

“என்ன தெரியுது?”

“சட், வாயெ மூடிட்டு வாரும். வாயைத் தொறந்தீர்னா பொடதிலே வச்சிடுவேன். ஸ்டேஷனுக்கு உள்ளே ஏத்தினம் பெறவுல்லா இருக்கு.”

“பகவான் விட்டது வழி.”

இருவரும் ஸ்டேஷன் பக்கம் வந்துவிட்டார்கள். எழுபத்தி மூன்று நாற்பத்தியேழுதான் மீண்டும் பேச்சை ஆரம்பித்தான்.

“நல்ல மனுசங்களுக்கு இது காலமில்லே. எத்துவாளி பயகளுக்குத்தான் காலம். ஈவு இரக்கம் இருக்கப்படாது.”

“ஏனாம்?”

“பாருமே, மலைமாதிரி குத்தம் பண்ணிப்புட்டு நிக்கேரு. நீரு உடற கதெயெல்லாம் ஒரு பயவுளும் நம்பப்போவதில்லை. கோயில் குளிக்கிற மனுசன் தெரியாத்தனமா ஆம்பிட்டுக்கிட்டு முளிக்காரு. அடியும் உதையும் பட்டு, அவமானமும் பட்டு அலக்களிஞ்சிப் போகப்போறார்னு ஐடியா சொன்னா, காதிலெ ஏறமாட்டேங்குது. உம்ம சுவட்டாளிக்கெல்லாம் பட்டாத் தான் தெரியும். உம்மெச் சொல்லிக் குத்தமில்லெ, காலம் அப்படி.”

அர்ச்சகருக்குச் சிரிப்பு வந்தது.

“உம்மெ நைஸா கைதூக்கிவிட்டுப்போடணும்னு நெனச்சேன் பாரும். அந்தப் புத்தியெ செருப்பாலே அடிக்கணும்” என்றான் எழுபத்திமூன்று நாற்பத்தியேழு.

“நீர் சொல்றது சரி. என்னெக் காப்பாத்தணுங்கற நெனப்பு ரொம்ப இருக்கு உமக்கு. அந்த எச்.ஸி. தான் பெரிய பேராசைக்காரனா இருக்கான். அவன் பேராசைக்காரனா இருக்கட்டும், நான் அஷ்டதரித்திரமா இருக்கணுமோ?”

“ஆசாமியெ ஸ்டேஷனுக்கு உள்ளே விட்டுப் பூட்டுப் பூட்டாத் திருகித்திருகி எடுத்தால்ல தெரியும் அஷ்டதரித்திரம் படறபாடு.”

“பகவான் விட்டது வழி. பதனஞ்சு வருஷமா தினம் தினம் அவனெக் குளுப்பாட்டறேன். விதவிதமா அலங்காரம் பண்ணிப் பாக்கறேன். சாஷ்டாங்க நமஸ்காரம் பண்ணிப்பண்ணி நெத்தியிலே தழும்பு விழுந்துடுத்து. அந்த நன்னிகெட்ட பயல் அடி வாங்கித் தறதுன்னா தரட்டும். கம்பி எண்ண வச்சான்னா வைக்கட்டும்.”

அர்ச்சகர் அமைதியாகப் பேசினார்.

எழுபத்திமூன்று நாற்பத்தியேழு அர்ச்சகர் முகத்தைத் திரும்பிப் பார்த்தான். அவர் முகத்தில் பயத்தின் சாயலே இல்லை. அவர் இப்பொழுது வேகமாக நடந்தார். கைகளை ஆட்டிக்கொண்டு நடந்தார்.

“அப்பம் ஒரு காரியம் செய்வமா?” என்று கேட்டான் எழுபத்திமூன்று நாற்பத்தியேழு.

"என்ன ?"

"நீரும் அப்படியொண்ணும் டாட்டாவுமில்லே பிர்லாவுமில்லே.ஏதோ ஒரு மாதிரியா காலத்தைத் தள்ளிட்டிருக்கீரு. உமக்காகச்சுட்டி ஒண்ணு வேணாச் செய்யலாம்."

"விஷயத்தைத் தெளிவாகச் சொல்லலாமே. ஏன் சுத்திச் சுத்தி வளைக்கணும்?" என்று கேட்டார் அர்ச்சகர்.

எழுபத்திமூன்று நாற்பத்தியேழுக்கு பிடரியெத் தாக்கிற்று. "எச். ஸீட்டெ ஒம்ம நெலமெயெ எடுத்துச் சொல்லி சுளுவா முடிக்கப் பாக்கறேன். அஞ்சு ரூபா எடும். சட்னு எடும். எனக்கு வேற வேல இருக்கு."

அர்ச்சகர் முன்பின் யோசிக்கவிடாமல் பணத்தை வாங்கி விட எண்ணினான் அவன்.

அர்ச்சகர் முன்னைவிடவும் அமைதியாகச் சொன்னார்:

"இதென்ன பேச்சு இது! அஞ்சு ரூபாய் தரலாம்னா பத்தாத் தந்துடப்படாதா? அம்புட்டுக்கெல்லாம் இருந்தா நான் ஏன் நதீக் கிருஷ்ணனெ குளுப்பாட்டப் போறேன். மேலும் இப்போ நான் என்ன திருடினேனா, கொள்ளையடிச்சேனா, இல்லெ ரோட்டிலெ போறவ கையைப் புடிச்சு இழுத்தேனா – என்ன தப்புப் பண்ணிப்பிட்டேன்னு சொல்லட்டுமே, உம்ம எச்.ஸி. தலையெ சீவறதுன்னா சீவட்டுமே."

எழுபத்திமூன்று நாற்பத்தியேழுக்கு அந்த இடத்திலேயே அர்ச்சகரைக் கண்டதுண்டமாக வெட்டிப்போட்டுவிடலாம் போலிருந்தது.

"மகா பிசுநாறி ஆசாமியா இருக்கீரே!" என்றான்.

"என்ன சேறது? அப்படித்தான் என்னெ வச்சிருக்கான் அவன்."

"அவன் யாரு அவன்?"

"மேலே இருக்கான் பாரும், அவன்."

இருவரும் ஸ்டேஷன் முன்னால் வந்துவிட்டார்கள். ஸ்டேஷனுக்கு முன்னாலிருந்த வெற்றிலைப் பாக்குக் கடையில், கடைக்காரரிடம் பேசிக்கொண்டிருந்தவரை, 'அண்ணாச்சி' என்று கூப்பிட்டுக்கொண்டே அவரிடம் வலியப் பேச ஆரம்பித்தான் எழுபத்திமூன்று நாற்பத்தியேழு.

அர்ச்சகர் பின்னால் நின்றுகொண்டிருந்தார். அண்ணாச்சியிடம் சளசளவென்று பேச்சை வளர்த்திக்கொண்டிருந்தான்

அவன். அர்ச்சகர் நின்றுகொண்டிருந்த இடத்தை அவன் அசைப்பிலும் திரும்பிப் பார்க்கவில்லை. அவர் போவதானால் போகட்டும் என்ற தோரணையில் நிற்பது போலிருந்தது. ஆனால் அவர் கற்சிலை மாதிரி அங்கேயே நின்றார்.

அண்ணாச்சிக்குப் பேச்சு சலித்துவிட்டது.

எழுபத்திமூன்று நாற்பத்தியேழு அர்ச்சகர் பக்கம் திரும்பி, "சாமி, நீங்க போறதுன்னாப் போங்க, பின்னாலெ பார்த்துக் கிடலாம்" என்றான்.

"கையோட காரியத்தை முடிச்சுடலாமே" என்றார் அர்ச்சகர்.

"அட போங்க சாமி, நான்தான் சொல்லுதேனே பின்னாலெ பாத்துக்கிடலாம்னு. உடாமெ பிடிக்கீரே."

"என்னப்பா விஷயம்?" என்று கேட்டார் அண்ணாச்சி.

"ஒண்ணுமில்லெ. என் கொளந்தெக்குப் பொறந்த நாளு நாளைக்கு. பூசை கீசை பண்ணி கொண்டாடணும்னு சொல்லுது அது. அதுதான் இவரிட்டே கேட்டுக்கிட்டே வாறேன். சாமான் கீமான் வாங்கணுங்காரு. ஆனா பணத்துக்கு எங்கே போகுது?"

'அடி சக்கே' என்று மனதில் சொல்லிக்கொண்டார் அர்ச்சகர்.

பணம் சம்பந்தமான பேச்சு வந்ததாலோ என்னமோ அண்ணாச்சி சட்டென்று விடைபெற்றுக்கொண்டு சென்று விட்டார்.

எழுபத்திமூன்று நாற்பத்தியேழும் அர்ச்சகர் நின்ற திசைக்கு நேர் எதிர்த்திசை நோக்கி மடமடவென்று நடக்க ஆரம்பித்தான்.

அர்ச்சகர் பின்னால் ஓடிஓடிச் சென்றார்.

"இந்தாரும் ஓய், கொஞ்சம் நில்லும். என்ன இது? நடு ரோட்டிலெ நிக்கவச்சுட்டு நீர் பாட்டுக்குக் கம்பியெ நீட்டறேரே?"

"அட சரிதான், போமய்யா."

"என்னய்யா இது, எனக்கு ஒண்ணும் புரியலையே."

"வீட்டெப் பாத்துப் போமய்யா. போட்டு பிராணனெ வாங்குதீரே."

"என்னன்னமோ சொன்னேர். ஆ ஊ ஆனை அறுபத்தி ரெண்டுன்னு சொன்னீர். இப்போ போ போன்னு விரட்டறேரே."

எழுபத்திமூன்று நாற்பத்தியேழுக்கு அசாத்தியக் கோபம் வந்துவிட்டது. கண்கள் சிவந்தன. நெற்றிப் பொட்டில் நரம்புகள் புடைத்தன. அர்ச்சகர் முகத்தையே இமைக்காமல் வெறிக்கப்

பார்த்தான். அர்ச்சகரும் இமைக்காமல் பார்த்தார். அவருக்கு சற்று பயமாகத்தான் இருந்தது. ஆனால் அதே சமயத்தில் அடக்க முடியாத சிரிப்பும் வந்தது. இலேசான புன்னகை உதட்டில் நெளிந்தது. அர்ச்சகர் சிரிப்பை அடக்குவதையும் அவர் உதட்டில் சிரிப்பு பீறிட்டு வழிவதையும் கவனித்தான் எழுபத்திமூன்று நாற்பத்தியேழு. சிரிப்புப் பொத்துக்கொண்டு வந்தது அவனுக்கு.

எழுபத்திமூன்று நாற்பத்தியேழு கடகடவென்று சிரித்தான். சப்தம் போட்டு சிரித்தான். வாய்விட்டுச் சிரித்தான். குழந்தை போல் சிரித்தான்.

அர்ச்சகரும் அவனுடன் சேர்ந்து அட்டகாசமாகச் சிரித்தார்.

எழுபத்திமூன்று நாற்பத்தியேழு அர்ச்சகரிடம் மிக நெருங்கி நின்றுகொண்டு, அவர் முகத்தைப் பார்த்துச் சிரித்தபடி சொன்னான்:

"வீட்டுக்குப் போம். நானும் வீட்டுக்குத்தான் போறேன்." குரல் மிக அமைதியாக இருந்தது. அர்ச்சகர் அவன் முகத்தைப் பார்த்தார். சற்று முன்னால், அவர் முன் நின்ற ஆள் மாதிரியே இல்லை.

"நானும் அந்தப் பக்கம்தானே போகணும், சேர்ந்தே போறது" என்று கூட நடந்தார் அர்ச்சகர்.

"ஆமாம், அந்த ஆசாமீட்டே ஏதோ ஜென்ம நக்ஷத்திரம்னு சொன்னீரே, வாஸ்தவம் தானா? இல்லெ எங்கிட்டெக் காட்டின டிராமாவுக்கு மிச்சமோ?" என்று கேட்டார் அர்ச்சகர்.

"உண்மைதான் வேய், நாளைக்குப் பொறந்த நாள்."

"என்ன கொழந்தே?"

"பொம்புளெப் புள்ளே."

"தலைச்செனா?"

"ஆமா. கலியாணம் முடிஞ்சு பதினொண்ணு வருசமாவுது."

"ஓஹோ, பேரென்ன?"

"கண்ணம்மா."

"நம்ம ஸ்வாமிக்கு ரொம்ப வேண்டிய பெயர்" என்றார் அர்ச்சகர்.

எழுபத்திமூன்று நாற்பத்தியேழு சிரித்துக்கொண்டான்.

"ஆமாம், அதுக்கு என்ன பண்ணப்போறீர்?"

"வீட்டுக்காரி எதை எதையோ செய்யணும்னு சொல்லுதா. நான்தான் இளுத்துக்கிட்டிருக்கேன்."

“ஏன் இளுக்கணும்? தலைச்சன் கொழந்தே. ரொம்ப நாளைக்கப்பறம் ஸ்வாமி கண் திறந்து கையிலெ தந்திருக்கார். அதுக்கு ஒரு குறைவும் வைக்கப்படாது; வைக்க உமக்கு அதிகாரம் கிடையாது” என்று அடித்துப் பேசினார் அர்ச்சகர்.

“அது சரிதாய்யா. யாரு இல்லைன்னு சொல்லுதா? ஆனா கைச்செலவுக்கில்லா திண்டாட்டம் போடுது.”

“போயும் போயும் ராப்பட்னிக்காரன், ஸ்வாமி குளுப் பாட்டறவனைப் பிடிச்சா என்ன கெடைக்கும்? பிரசாதம் தருவன். கொழச்சுக் கொழச்சு நெத்தியிலெ இட்டுக்கலாம். ஜரிகைத் துப்பட்டா, மயில்கண் வேஷ்டி, தங்கச்செயின் இந்த மாதிரி வகையாப் பிடிச்சா போட் போட்னு போடலாம். என்ன ஆளய்யா நீர், இதுகூட தெரிஞ்சுக்காமெ இருக்கேரே” என்றார் அர்ச்சகர்.

எழுபத்திமூன்று நாற்பத்தியேழு வாய்விட்டுச் சிரித்தான். “ஒரு பயலும் கையிலெ சிக்கலெ. நாயா அலஞ்சு பார்த்தேன். பிறந்தநாள் அயிட்டம் வேறே மனசிலெ உறுத்திக்கிட்டு இருந்தது. அர்ச்சகரானா அர்ச்சகர்னு பாத்தேன். கையெ விரிச்சுட்டீரே! பொல்லாத கட்டைதாய்யா நீரு.”

“நானும் விடிஞ்சு அஸ்தமிச்சா பத்து மனுஷாளிடம் பழகறவன் தானே? எழுபத்திமூன்று நாற்பத்தியேழு என்ன துள்ளுத்தான் துள்ளிருவான்னு தெரியாதாக்கும்.”

“அடி சக்கையின்னானாம்! கொஞ்ச முன்னாலே யாரோ அழுதாளே, அதுயாரு? யாருக்கோ பல்லு தந்தி அடிச்சுதே, யாருக்கு? யாருக்குக் கையும் காலும் கிடுகிடான்னு வெறச்சுதாம்?”

“மொதல்ல கொஞ்சம் பயந்துதான் போனேன். ஏன் பொய் சொல்லணும். இருந்தாலும் என்ன உருட்டு உருட்டிப் புட்டீர்!”

“என்ன செய்யுது சாமீ? இந்த சாண் வயத்துக்காகத்தானே இந்த எளவெல்லாம். இல்லாட்டி மூக்கெப் பிடிச்சுக்கிட்டு உக்காந்திரலாமே.”

“சந்தேகமா? நான் என்ன பாடுபடறேன் கோவில்லே? கோவிலுக்குள்ளே ஏறி வந்தாலே புண்ணியாசனம் பண்ணணும். ஸ்வாமி எழுந்திருந்து பின்புறம் வழியா ஓடியே போயுடுவர். அந்தமாதிரி பக்த சிகாமணிகள்ளாம் வருவா. அவாளிடம் போய் ஈ ஈன்னு இளிச்சுட்டு நிக்கறேன். உங்களெ விட்டா உண்டா என்கிறேன். ஆழ்வார் நாயன்மார்கள் கெட்டது கேடு என்கிறேன். கடைசியா, போறத்தே ரெண்டணா வைக்கிறானா, நாலணா வைக்கிறானான்னும் கவனிச்சுக்கறேன். அணாவெ தீர்த்தத்திலே அலம்பி இடுப்பிலெ சொருகிக்கறேன்” என்றார் அர்ச்சகர்.

இருவரும் சேர்ந்து சிரித்தார்கள்.

இரண்டு பேரும் நடந்து நடந்து போஸ்டாபீஸ் ஜங்ஷனுக்கு வந்துவிட்டார்கள்.

"இந்த லெட்டரே போட்டுட்டு வந்துடறேன்" என்றான் எழுபத்திமூன்று நாற்பத்தியேழு.

"பாத்துப் போடும். யாராவது காக்கிச் சட்டைக்காரன் வந்து புடிச்சுக்கப் போறான். யார் வீட்டிலெ நோவு எடுத்திருக்கோ?" என்றார் அர்ச்சகர்.

கடிதங்களைத் தபாலில் சேர்த்துவிட்டு எதிர் சாரியிலிருந்த வெற்றிலை பாக்குக் கடைக்கு வந்தான் எழுபத்திமூன்று நாற்பத்தியேழு. மட்டிப்பழக் குலையிலிருந்து நாலைந்து பழங்களைப் பிய்த்தான். "இந்தாரும், சாப்பிடும்" என்று அர்ச்சகரை நோக்கி நீட்டினான்.

அர்ச்சகர் இரண்டு கைகளையும் நீட்டி வாங்கிக்கொண்டார். இரண்டுபேரும் வெற்றிலை போட்டுக்கொண்டார்கள்.

"கணக்கிலே எளுதிக்கிடுங்க" என்றான் எழுபத்திமூன்று நாற்பத்தியேழு, கடைக்காரரை நோக்கி.

"எழுதிக்கிட்டே இருக்கேன்" என்றார் கடைக்காரர்.

"சும்மா எழுதுங்க. ரெண்டுநாள் களியட்டும். செக்கு கிளிச்சுத் தாறேன்."

நடந்து, இரண்டு பேர்களும் பரஸ்பரம் பிரியவேண்டிய இடத்திற்கு வந்துவிட்டார்கள்.

"சாமி, அப்பொ எனக்கு விடைகொடுங்க. ஒண்ணும் மனசிலே வச்சுக்கிடாதீங்க" என்றான் எழுபத்திமூன்று நாற்பத்தியேழு.

"என்ன நெனக்கிறது. காக்கி ஜாதியே இப்படித்தான்" என்றார் அர்ச்சகர்.

"எல்லாம் ஒரே ஜாதிதான்" என்றான் எழுபத்திமூன்று நாற்பத்தியேழு.

"அதுசரி, நாளைக்கு என்ன செய்யப்போறேர்?"

"என்ன செய்யுதுனு விளங்கெலெ. அதுக்கு முகத்திலே போய் முளிக்கவே வெக்கமாயிருக்கு. ஆயிரம் நெனப்பு நெனச்சுக் கிட்டு இருக்கும். சரி, நான் வாறேன்" என்று சொல்லிவிட்டு நடந்தான் எழுபத்திமூன்று நாற்பத்தியேழு.

"ஓய், இங்கே வாரும்" என்றார் அர்ச்சகர்.

வந்தான்.

அர்ச்சகர் அரை வேஷ்டியை இலேசாக அவிழ்த்துவிட்டுக் கொண்டார். இப்பொழுது வயிற்றில் ஒரு துணி பெல்ட் தெரிந்தது. துணி பெல்ட்டில் ஒவ்வொரு இடமாகத் தடவிக்கொண்டே முதுகுப்புறம் வந்ததும் சட்டென்று கையை வெளியில் எடுத்தார்.

ஐந்துரூபாய் நோட்டு!

“இந்தாரும், கையெ நீட்டும்” என்றார் அர்ச்சகர். எழுபத்தி மூன்று நாற்பத்தியேழு ஒரு நிமிஷம் தயங்கிவிட்டு கையை நீட்டி வாங்கிக்கொண்டான்.

“கொழந்தை பிறந்தநாளுக்கு குறை ஏற்படாதுன்னு தறேன்” என்றார் அர்ச்சகர்.

“சாமி, ரொம்ப உபகாரம், ரொம்ப உபகாரம்” என்றான் எழுபத்திமூன்று நாற்பத்தியேழு. அவன் குரல் தழதழத்தது.

“ஆனந்த பாஷ்பம் ஒண்ணும் வடிக்க வேண்டாம். ஒண்ணாம் தேதி சம்பளம் வாங்கினதும் திருப்பித் தந்துடணும்” என்றார் அர்ச்சகர்.

“நிச்சயமா தந்துடுதேன்.”

“கண்டிப்பாத் தந்துடணும்.”

“தந்துடுதேன்.”

“தரலையோ, எச். ஸிட்டெச் சொல்லுவேன்.”

இருவரும் சிரித்துக்கொண்டார்கள்.

“நாளைக்கு நம்ம கோயிலுக்கு கூட்டிண்டு வாரும் கொழந்தெயெ. கண்ணம்மா வந்தா ரொம்ப சந்தோஷப்படுவன் நதீக்கிருஷ்ணன். நானே கூடயிருந்து ஜமாய்ச்சுப்புடறேன்.”

“சரி, அப்படியே கூட்டிட்டு வாறேன்.”

“அப்பொ நான் வறேன். முதல் தேதி ஞாபகமிருக்கட்டும்” என்று சொல்லிக்கொண்டே இருட்டில் நடந்தார் அர்ச்சகர்.

எழுபத்திமூன்று நாற்பத்தியேழு அவர் மறைவதைப் பார்த்துக்கொண்டே நின்றான்.

சரஸ்வதி, 1958

சன்னல்

நான் படுத்திருந்த கட்டில், சன்னல் அருகே கிடந்தது. சில மாதங்களுக்கு முன் ஒருநாள் அந்திவேளையில் இழைந்து இழைந்து படுக்கையில் போய் விழுந்தேன். பின்னால் எழுந்திருக்கவே முடியாமல் போய்விட்டது. இவ்வளவு நீண்ட நாட்கள் கட்டிலோடு கட்டிலாய்க் கிடக்க நேருமென்று எண்ணவேயில்லை. ஐந்தாறு மாதங்களாய்விட்டன. இல்லை இன்னும் அதிகமாகவே இருக்கும். என்னால் நிச்சயமாகச் சொல்லமுடியாது. இது எந்த மாதம் என்று எனக்குத் தெரியாது. தேதியும் தெரியாது, கிழமையும் தெரியாது.

நீண்ட நாட்களாக சன்னல் அருகே கிடக்கும் இந்தக் கட்டிலில் விழுந்து கிடக்கிறேன்.

என் காலும் கையும் குச்சி மாதிரியாகிவிட்டன. உடம்பு இளைத்துவிட்டது. ஒருநாள் என் தங்கை கட்டிலின் பக்கத்தில் வந்து வெகுநேரம் என்னை இமைக்காமல் பார்த்துவிட்டு என்ன தோன்றிற்றோ தெரியவில்லை, 'அண்ணா, நீ பல்லி மாதிரி இருக்கிறாய்' என்று சொல்லிவிட்டு ஓடிவிட்டது. கட்டிலிலிருந்து முழு உயரம் மேலே சென்று மீண்டும் பொத்தென்று விழுந்ததுபோல் இருந்தது எனக்கு. நான் என்னைக் கண்ணாடியில் பார்த்து வெகு நாட்களாகிவிட்டன. எனக்குக் கண்ணாடி கொண்டு தருவாரில்லை. ஒரு தடவை என் முகத்தைப் பார்த்துக்கொள்ள ஆசை. மனதிற்குள் ஒரே நமைச்சல். நான் சொல்வது யாருடைய செவியிலும் விழவில்லை. ஒரு வேளை நான் என் முகத்தைப் பார்த்தால் கண்ணீர் சிந்துவேன் என்று

எண்ணுகிறார்கள் போலிருக்கிறது. இருந்தாலும் ஒரு தடவை என் முகத்தைப் பார்த்துக்கொள்ள கொள்ளை ஆசையாக இருக்கிறது.

விலா எலும்புகள் கூடைப்பின்னல் மாதிரியாகிவிட்டதால் கனமான பஞ்சு மெத்தை உறுத்திற்று. சதை வற்றவற்ற எலும்புகள் துருத்திக்கொண்டு வந்ததில், கழுத்துக்குக் கீழ் ஒரு பள்ளம். ஆழாக்குத் தண்ணீர் பிடிக்கும்.

எனக்கு கையைக் காலை மடக்க முடியாது; அசைக்க முடியாது. கை கால்களில் கணுவுக்குக் கணு வீக்கம். படுக்கை தான். படுத்த படுக்கை.

சில சமயம் வலி சுருட்டிச் சுருட்டிப் பிசைந்துவிடும். கண்களிலிருந்து தாரை தாரையாய்க் கண்ணீர் வழியும். இருந்தாலும் வாயைத் திறக்கமாட்டேன். வாயைக் கட்டிக்கொண்டு வலியை, வேதனையை மென்று தின்பதில் எனக்கு நீண்டகாலப் பயிற்சியுண்டு.

ஒரு நாள் நடந்த சம்பவம்.

கூரையிலிருந்து ஒரு குளவி பொத்தென்று என் நெஞ்சில் வந்து விழுந்துவிட்டது. ஆள் மாற்றி ஆள் மாற்றி அக்கா, தங்கை, அம்மா, அப்பா என்று யாராவது காவலிருப்பார்கள் என்னருகில். விபரீதம் – அன்று யாருமே இல்லை. என்ன செய்வேன் நான்?

மேல் கூரையிலிருந்து ஒரு குளவி நெஞ்சில்–நட்ட நடுவில் விழுந்துவிட்டது. விழுந்த குளவி நெஞ்சில் சுற்றிச்சுற்றி வந்தது. சுற்றிக் கழுத்தில் ஏறிவிட்டது. நான் இமை தாழ்த்திப் பார்த்தேன். தெரியவில்லை. குளவியின் ஊரல் புலன்களைத் தாக்கிக் கொண்டிருந்தது.

அறையில் ஒருவருமில்லை.

சப்தம் போடலாம். சப்தம் எழாது. தொண்டையில் வீக்கம், சப்தம் குதிக்காது. வலியோ துடித்துவிடும்.

ஊர்ந்து ஊர்ந்து குளவி காதருகே வந்துவிட்டது.

காதிற்குள் போய்விட்டால் ..?

‘அம்மா!’

சப்தம் கிளம்பவில்லை.

கண்களிலிருந்து நீர் தாரை தாரையாக வழிந்து தலையணை நனைந்தது.

அந்த வயதிற்குள்ளாகவே எவ்வளவோ கண்ணீரைக் குடித்து வளர்ந்தவன்.

கண்களுக்குப் புலப்படாத எந்த மகாசக்தி அம்மாவின் காதில் சென்று ஓதியதோ – ஓடோடி வந்தாள். என் அறையில்

தீப்பற்றிக் கொண்டதுபோல் வந்தாள். யாரோ கையைப்பிடித்து இழுத்து வந்ததுபோல் வந்தாள்.

குளவி நாசியில் ஏறி, நெற்றிப்பொட்டை நோக்கி ஊர்ந்து கொண்டிருந்தது.

"அம்மா!"

என்னுடைய உட்செவிக்குள்தான் என் குரல் எதிரொலித்தது.

அப்பொழுதுதான் என் தாய் வாசலில் வந்து நின்றாள்.

"அம்பீ!" என்று கத்திக்கொண்டே எனக்கருகே வந்தாள்.

புடவைத் தலைப்பால் முகத்தை விசிறினாள். புடவைத் தலைப்பால் முகத்தைத் துடைத்தாள்.

அவள் கண்களிலிருந்து குருதிதான் வழிந்தது.

என் அறை எனது கண்களுக்குப் புளித்துவிட்டது.

மஞ்சள் பூசிய சுவரை எத்தனை நேரம்தான் பார்த்துக் கொண்டிருப்பது? அந்தச் சுவரில் தெளிவாகத் தெரிந்த நாலு கறுப்புப் புள்ளிகளைப் பார்த்துக்கொண்டே இருந்தேன். இரண்டு இடங்களில் சுண்ணாம்பு வெடித்து சிப்பி மாதிரி உயர்ந்து இப்பவா அப்பவா என்று விழக் காத்துக்கொண்டிருந்தது. இரண்டு மாதங்களுக்கு முன் ஒன்று உதிர்ந்துவிட்டது. இதுவும் உதிர்ந்துவிடும். கட்டிலின் உயரத்திற்கு ஒரே ஒரு இடத்தில் மட்டும் மூக்கை வழித்துத் தேய்த்திருந்தது. அது உலர்ந்து பார்ப்பதற்கு அருவருப்பாக இருந்தது. அதைப் பார்க்கவே கூடாது என்று தினம் தினம் சங்கல்பம் செய்துகொள்வேன். ஒவ்வொரு நாளும் பார்க்கத் தவறவுமில்லை.

கட்டில் பக்கத்தில் ஒரு முக்காலி. கையை நீட்ட முடியுமென் றால் தொட்டுவிடலாம். அதில் நோயாளியின் ஏகபோகச் சொத்துகள். காப்பித் தம்ளர் வைத்த இடத்தில் வட்டக்கறை வளையங்கள். இரண்டு தெளிவாகத் தெரியவில்லை.

என் கண்களுக்கு மேல் பதினொன்று உத்தரக் கட்டைகள். அந்தக் கட்டைகளில் . . . போதும்! எனக்கு அலுத்துவிட்டது. என் கண்களுக்கு என் அறை புளித்துப் போய்விட்டது. அதே காட்சிகள், அதே மாதிரி ஒவ்வொரு நாளும் எனக்கு வெறுப்புத் தட்டிவிட்டது.

ஆனால் . . .

நான் படுத்திருந்த கட்டில் சன்னல் அருகே கிடந்தது.

அந்தச் சன்னல் பெரிது என்பதில்லை; சிறிது என்பதுமில்லை. ஆனால் என் கண்களுக்கு அந்தச் சன்னல் பெரிதாகத் தான் காட்சி

தந்துகொண்டிருந்தது. அன்று எனக்கு அது மதிக்க முடியாத ஒன்றாக இருந்தது.

சன்னலுக்கு நாலு கம்பிகள். அதற்கு முன் ஒரு பந்தல். வெக்கைக்குப் போட்ட வேலி.

அந்தப் பந்தலில் சாய்ப்பு மூங்கிலைப் பார்த்துக்கொண்டே இருப்பேன். அதில் பிளக்கப்படாத உருண்டை மூங்கில்களில் பல துவாரங்களைக் கவனித்தேன். யார் போட்ட துளைகள் அவை? ஒருநாள் துவாரங்களை எண்ணிப்பார்த்தேன். ஏழு. பத்து நாட்கள் கழிந்தன. மீண்டும் எண்ணிப் பார்த்தேன். பத்து . . . அடிசக்கை! இதென்ன மாயம்? ஒவ்வொரு நாளும் கவனித்தேன். அப்பொழுது ஒருநாள் மத்தியானம் ஒருவர் வந்தார். வேறு யாருமில்லை. ஒரு வண்டு. கன்னங்கரேலென்று. ஓஹோ, நீரா இந்த வேலை பண்ணுகிறீர். பலே ஆளய்யா நீர்! வண்டுகள் ‘ஸ்ஸ்’ என்று சப்தம் செய்துகொண்டே ‘அந்தரத்தில் சுழன்றபடி நாட்கணக்கில் துளைகள் போடுகின்றன . . . பேஷ், அப்படியா சங்கதி!

பந்தலை அடுத்தாற்போல் காம்பௌண்டுச் சுவர். அதையொட்டி இரண்டு ரோஜாச்செடிகள். ஒன்று பெரியது; மற்றொன்று சிறியது. அம்மா ரோஜா; குழந்தை ரோஜா.

காலையில் கண் விழித்ததும் ரோஜா மொக்குகளை எண்ணுவேன். மறுநாள் அவை மலர்ந்து தென்றலில் ஊசலாடும். மீண்டும் புது மொக்குகள். காலையில் ரோஜா. மழை பெய்தால் சொட்டச் சொட்டக் குளித்துவிட்டு என்னைப் பார்த்துச் சிரிக்கும். சிரிப்பாய் சிரிக்கும்.

ஒருநாள் பால்காரியின் பெண் ரோஜாச் செடி பக்கத்தில் வந்து நின்றாள். வழக்கமாக அந்தப் பெண்ணின் தாயார்தான் பால் கொண்டுவருவாள். இத்தனை மணிக்கு இன்னார் சன்னலைத் தாண்டிப் போவார்கள் என்பது எனக்கு அத்துப்படி. காலோசை கேட்டால், இன்னார் என்று மனதில் தீர்மானித்துக்கொண்டே திரும்பிப் பார்ப்பேன். நான் நினைத்தபடிதான் இருக்கும். இதில் எனக்குப் பெருமை.

அன்று பால்காரிப் பெண் ரோஜாச் செடியின் பக்கம் வந்தாள். அங்கு சன்னலோரத்தில் நான் படுத்திருப்பது அவளுக்கு எங்கே தெரியும்? அக்கம் பக்கம் பார்த்துவிட்டுச் சட்டென்று ஒரு ரோஜா மலரைப் பறித்துப் பால் செம்பில் போட்டுக்கொண்டாள். தலை நிமிர்ந்து சன்னலைப் பார்த்தாள். முகம் சுண்டிப் போய்விட்டது. எனக்குத் தர்மசங்கடமாகப் போய்விட்டது. ‘யாரிடமும் சொல்ல மாட்டேன்’ என்று கண்களால் செய்தி சொன்னேன். சிரித்துக்கொண்டே ஓடிவிட்டாள் அவள்.

சில சமயம் எதிர்வீட்டு வாழைத் தோட்டத்தைப் பார்த்துக் கொண்டிருப்பேன். நான் படுக்கையில் விழுந்த அன்றுதான் கன்றுகள் நட்டார்கள். அவை என் கண்முன்னே வளர்ந்தன. வளர்ந்து பெரிதாயின. அந்த வீட்டு மாமி மாதிரி புஷ்டியாக இருந்தது ஒவ்வொரு வாழையும். இலை மிகப்பெரியது; என் மெத்தையைவிடப் பெரியது. பின்னால் குலை தள்ளிற்று. அழகான குலைகள். அந்தி வேளையில் வௌவால்கள் வாழைத் தோட்டத்தில் சுற்றிச் சுற்றி வரும். வாழைப் பூவிலிருந்து தேனைப் பருகும் காட்சி அற்புதமாக இருக்கும். எனக்குச் சொல்லத் தெரியவில்லை. மிகவும் அற்புதமாக இருக்கும்.

என் கண்களுக்கு ரோடு தெரியாது. ஆனால் மின்சாரத் தூண்களின் தலையும் தலையோடு ஓடும் கம்பிகளும் தெரியும். நான் படுக்கையில் விழுந்த புதிதில் கவனித்திருக்கிறேன். முன்னை விடவும் கம்பிகள் மிகவும் தொய்ந்துபோய்விட்டன இப்பொழுது. கம்பியை இழுத்துக்கட்ட ஆட்கள் வருவார்கள் என்று எண்ணினேன். பின்னால் ஒரு சமயம் பார்த்தபொழுது பழையபடி விறைப்பாக இருந்தது. ஆச்சரியம்தான். எனக்கு மர்மம் புரியவில்லை. அம்மாவிடம் சொன்னேன். அவளுக்கும் புரியவில்லை. என்ன மாயமோ என்று சொல்லிவிட்டாள்.

சாரல் சமயங்களில் தண்ணீர்த் திவலைகள் மின்சாரக் கம்பி வழியாகச் சிறிது தூரம் கீழ்நோக்கி ஓடிவிட்டு உதிரும். அப்பொழுது இளம் வெயிலும் அடித்துவிட்டால் போதும். அற்புதமாக இருக்கும். ஒரு திவலைத் தண்ணீரில் ஓராயிரம் நிறங்கள். அப்படி ஒரே ஒரு தடவைதான் பார்க்கக் கிடைத்தது எனக்கு.

சடக் சடக்கென்று ஓயாமல் வண்டிகள் நகரும். ஆனால் வண்டிகள் போவது என் கண்களுக்குத் தெரியாது. வைக்கோல் வண்டிகள் போனால் வைக்கோல் மட்டும் தெரியும். சில சமயம் அதன் மேல் ஒருவன் 'நான்தாண்டா ராஜா' என்கிற தோரணையில் வீற்றிருப்பான். உடம்பு சொஸ்தமானதும் ஒரு நாள் வைக்கோல் வண்டியில் சவாரி போக வேண்டுமென்று நானும் தீர்மானித்துக்கொண்டேன். குத்தகைக்காரன் தாணுமாலயனிடம் சொல்லி வைக்க வேண்டும்.

அய்யரின் வீட்டுக்கூரையில் ஒரு பக்கம் மட்டும் தெரியும். அங்கு சில சமயம் காக்காய்க் கூட்டம் கூடிவிடும். காக்காய்ப் பள்ளிக்கூடம் போலிருக்கிறது. சற்று பெரிய – காக்கை ஜாதியிலும் கறுப்பாக – ஒரு காக்காய் கூட்டத்தில் தனித்துத் தெரியும்படி உட்கார்ந்துகொண்டிருக்கும். அவர்தான் ஹெட்மாஸ்டராக இருக்கவேண்டும். நான் பார்த்துக்கொண்டிருக்கிறபொழுதே அந்தப் பெரிய காக்காய் ஒரு சிறு காக்கையை அலகால் கொத்திற்று. வீட்டுப் பாடம் செய்யாவிட்டால் அவ்வளவுதான்!

சில சமயம் அய்யர் வீட்டுக் கூரை பெரிதாகப் புகையும். அடுக்களையிலிருந்து கம்மென்று வாசனை வீசும். நான் இன்ன கறி, இன்ன பட்சணம் என்று முடிவு செய்துகொள்வேன். அப்பொழுதெல்லாம் வாயில் நீர் ஊறிவிடும். என்னை அறியாமல் கன்னத்தில் வழிந்துவிடுவதும் உண்டு. அம்மா வந்து துடைத்து விடுவாள்.

வானத்தை மணிக்கணக்காய்ப் பார்த்துக்கொண்டிருப்பேன். ஆஹா, எவ்வளவு அழகு! மேகக்கூட்டம் கும்பல் கும்பலாக யாத்திரை செய்த வண்ணமிருக்கும். எங்கு செல்கிறதோ? சில சமயம் சோம்பல் பிடித்தாற்போல் பதிந்துவிடும். அசைவே இராது. எனக்கு மேகத்தின் மேல் படுத்துக்கொள்ள வேண்டும் போல் இருக்கும். மேகத்தை வாரி வாரித் தலைவழியே போட்டுக் கொள்ள வேண்டும் போல் இருக்கும். தூய வெள்ளையாக, மங்கிய கறுப்பாக, ஒரே கறுப்பாக, சாம்பல் வெள்ளையாக... புதுசு புதுசாக வேஷம் போட்டுக்கொண்டு வரும். உருமாறி உருமாறி, உருவத்திற்குள் வந்து விழுந்துவிடும். மயில் மாதிரி, ஒரு ராட்சசன் படுத்துக்கிடப்பது மாதிரி, குதிரை நாலுகால் பாய்ச்சலில் பறப்பது மாதிரி, மிகப் பெரிய ஆல விருட்சம் மாதிரி...

...ஒருநாள் ஒரு தங்கரதம். ஆறு குதிரைகள். சாரதியில்லாமலே தேர் ஓடுகிறது. மறுநிமிஷம் உருக்குலைந்துபோய் விட்டது.

ஒரே ஒருநாள் மட்டும் ஏனோ, மேகம் ஒரு கட்டில்போல் திரண்டுவிட்டது. அதில் நோஞ்சலாக, குச்சி மாதிரி ஒரு குழந்தை படுத்துக்கிடக்கிறது. அன்று அதைப்பார்த்து, நான் ஏங்கி ஏங்கி அழுதேன்.

அம்புலியை எப்பொழுதும் பார்க்க முடியாது. எப்பொழுதாவது ஒரு தடவை சன்னலோடு தெரியும் சுற்று வட்டத்திற்குள் வரும். சிலநாட்களில் மறைந்துபோகும். மீண்டும் ஒருநாள் திடீரென்று வடகோடியில் அம்புலியின் விளிம்பு தெரியும். அன்று நான் பூரித்துப்போய்விடுவேன். பின்னால் தினம் தினம் தென்கோடியை நோக்கி நகர்ந்து நகர்ந்து சன்னலின் நடுமையத்தில் வரும். அன்று ஒரே கொண்டாட்டம்தான். அம்புலி என் முகத்தையே பார்த்துக்கொண்டிருப்பது போலிருக்கும். என்னைப் பார்த்து வா வா என்று அழைப்பது போலிருக்கும். சில நாட்களில் மீண்டும் மறைய ஆரம்பித்துவிடும். இரண்டொரு நாட்கள் மிகுந்த சிரமத்தோடு உன்னி உன்னிப் பார்ப்பேன். பின்னால் அப்படிப் பார்த்தாலும் தெரியாதபடி மறைந்துவிடும்.

நக்ஷத்திரங்கள் முதல் பார்வையில் ஒன்றிரண்டுதான் தெரியும். பார்க்கப் பார்க்கப் பெருகும். கண்களைச் சுருக்கிக் கொண்டு பார்த்தால், கண்ணிற்கும் தாரகைக்கும் ஒரு ஒளிக்கதிர் விட்டுவிட்டு இணையும். கண்ணிற்குள்ளேயே நக்ஷத்திரங்கள் பூத்து மலருவது போலவும் இருக்கும்.

சுந்தர ராமசாமி

அந்தி நேரத்தில் சன்னலருகே கூட்டல் சின்னங்கள் போல் குஞ்சுக் குஞ்சுத் தும்பிகள் பறக்கும். மேலும் கீழுமாகச் சுற்றி வந்து சூனியத்தில் கோலங்கள் போடும்.

கண்கள் விண்டது முதல் இறுகுவதுவரை சன்னல் வழியாகப் பார்த்துக்கொண்டே இருப்பேன்.

எனக்கு அலுக்காது; சலிக்காது.

போன பொழுதிற்கெல்லாம் அர்த்தம் கொடுத்துக் கொண்டிருந்தது அந்த சன்னல்தான்.

ஆனால் . . .

ஒருநாள் கண்ணை விழித்ததும் சன்னலைப் பார்த்தேன். பார்த்த இடத்தில் சுவர்தான் இருந்தது. என்ன இது? சன்னல் எங்கே?

என் அம்மா பக்கத்தில் நின்றுகொண்டு சொன்னாள்:

"நேற்று நீ தூங்கிய பின்பு டாக்டர் வந்திருந்தார். தணுப்புக் காற்று ஆகாதாம். கட்டிலை இழுத்துச் சுவர் ஓரம் போடச் சொல்லி விட்டார்."

நான் 'ஓ' வென்று அழுதேன். கேவிக் கேவி அழுதேன்.

அறையில் குடும்பமே கூடிவிட்டது. அம்மா, அப்பா, அக்கா, தங்கை, அண்ணா, தம்பி . . .

"ஐயோ, குழந்தைக்கு என்ன செய்கிறதோ தெரியவில்லையே?" என்று கையை உதறினாள் அம்மா.

எல்லோரும் அழ ஆரம்பித்துவிட்டார்கள்.

அப்பா படபடத்தார்.

"எதற்கு அழுகிறாய்? என்ன செய்கிறது சொல்லு? சொல்லுடா சொல்லு. இதோ டாக்டரைக் கூட்டி வந்து விடுகிறேன்."

என் கன்னத்தில் கண்ணீர் வழிந்துகொண்டிருந்தது.

"எதற்கு சொல்லு? என் கண்ணல்லவா நீ, சொல்லு" என்று அம்மா கெஞ்சினாள்.

நான் முணுமுணுத்தேன். அம்மா அவள் காதை என் வாயருகே வைத்துக்கொண்டாள்.

நான் முணுமுணுத்தேன்:

"எனக்கு மூச்சு முட்டுகிறது."

எல்லோரும் "டாக்டர்! டாக்டர்!" என்று கத்தினார்கள்.

சரஸ்வதி, 1958

லவ்வு

சிவகாமி ஆச்சியின் பேரன் அணஞ்ச பெருமாளுக்குத் திருமணமாகி ஏழு மாதங்களானதும், மருமகள் கோசலை ஒரு குழந்தையைப் பெற்றெடுத்தாள்.

பிறந்த குழந்தை இறந்து பிறக்கவில்லை; பிறந்தபின் இறக்கவுமில்லை.

குழந்தை பிறந்ததும் போட்ட கூச்சல் தெருவைக் கலக்கிவிட்டதாம்.

பேறு பார்த்த அம்பட்டத்தி பாக்கியம், வீட்டுக்கு வீடு இந்தச் செய்தியை ரகசியமாகச் சொல்லிக்கொண்டே வந்தாள். சகல விஷயத்தையும் தெளிவாகவும் விரிவாகவும் வர்ணித்து விட்டுக் கடைசியாகச் சொல்வாள்:

"எனக்கு எதுக்கு இந்தப் பொல்லாப்பு. நாளைக்கு நாந்தான் இதை டமாரம் போட்டோமின்னும் கூசாமெச் சொல்லிருவா கெளவி. எனக்கு என்ன வேணும்? யாரும் எக்கேடும் கெட்டு எரந்து குடிச்சுப் போனா எனக்கு என்ன மண்ணாங்கட்டி? ஆனா ஒண்ணு மட்டும் சொல்லுதேன். என் ஊட்லெ மட்டும் இப்டி நடந்திருக்கும்னா பளம் வாரியலாலே அவ முதுகிலே சாத்தி, சாணியும் கரைச்சு அவ தலையிலெ ஊத்தி, தாய்க்காரி முன்னாலெ இளுத்துக்கிட்டுப் போய் ஒன் அருமாந்த புள்ளெ ஒங்கூடவே இருக்கட்டும்னு தள்ளிப் புட்டு வந்திருவேன், ஆமா. கெளவி கொளந்தெயெ அணைச்சு கொஞ்சிக்கிட்டிருக்கா கொஞ்சிக்கிட்டு. மனுஷம்னு சொன்னா கொஞ்சம் ரோசம் மானம் வேணும். தூ!" என்று சொல்லி முடிப்பாள் பாக்கியம்.

எங்கும் இந்தப் பேச்சுப் பரவிவிட்டது.

குளக்கரையில் இந்தப் பேச்சு; கோயிலிலும் இதே பேச்சு; சூட்டிக் களத்திலும் இந்தப் பேச்சுதான். மந்தையில் மாடு மேய்க்கும் சிறுவர்களும் இதைத்தான் பேசிக்கொண்டிருந்தனர். இரண்டு பெண்கள் சந்தித்தார்கள் என்றால் எல்லாம் இந்தப் பேச்சுப் பேசுவதற்கே சந்தித்தார்கள்; சந்தித்து இதையே விடாமல் பேசினார்கள். மறுநாளும் தொடர்ந்து பேசிக்கொண்டார்கள். பேசுவதற்கும் கேட்பதற்கும் எவ்வளவோ இருந்தன. செய்திக்குள் செய்தி பூத்து இதழ் இதழாக விரிந்துகொண்டிருந்தது.

வள்ளியம்மை வீட்டில் பெண்கள் மகாநாடு கூடிவிட்டது. எல்லோரும் அதே பேச்சுப்பேசி அலுத்துப்போய்விட்டார்கள். ஆனால் அந்தப் பேச்சை விட்டுவிட்டால் தொடர்ந்து எதைப்பற்றிப் பேசுவது என்பதும் அவர்களுக்குத் தெரியவில்லை. எனவே அந்தப் பேச்சையே தொடர்ந்து பேசிக்கொண்டிருந்தனர்.

"புள்ளெயெப் பாத்த ஒரு பொம்புளெ இங்கெ உண்டுமா? ஏன் வீணாய் பேசறீங்க?" என்று கேட்டாள் வள்ளியம்மை. தான் இந்தப் பேச்சு எதையுமே நம்பாதது மாதிரியும், வீண் வம்பு பேசுவது முறையா என்பது மாதிரியும் இருந்தது அவள் தோரணை. அந்த தோரணையிலாவது எப்படியேனும் பேச்சை நீட்டியடித்துக் கொண்டிருக்க வேண்டுமென்பதுதான் அவளுடைய ஆசை.

எல்லோரும் மௌனமாக இருந்தனர்.

வள்ளியம்மை தொடர்ந்து சொன்னாள்:

"புள்ளெயெப் பாக்கமுன்னுக்கு நம்ம வாயாலெ ஒண்ணு சொல்லுது நல்லாருக்காது. ஊருலெ பலதும் பேசுவா. கண்ணு வச்சு காது வச்சுப் பேசுவா. அந்தாலெ நெசம்னு எடுத்திரப்படாது. நானும் பெண்ணும் பேத்தியும் எடுத்தவ. பொசுக்குன்னு ஒரு பேச்சு வுட்டுரலாம். திரும்ப எடுத்திர முடியாது பாத்துக்க" என்றாள் வள்ளியம்மை.

"புள்ளெயெத்தான் கௌடு வெளியிலே காட்டமாட்டேங் காமே. அதுக்கு என்ன செய்யுது?" என்று வனசம் கேட்டாள்.

"முந்தியிலெ முடிஞ்சு வச்சிருக்காளோவ்? போச்சு போ" என்று ஏளனத்துடனும் அலட்சியமாகவும் கையை வீசியபடிச் சொன்னாள் கோலம்மை.

கோலம்மையின் உடல் நல்ல வஜ்ரம் பாய்ந்த ஆண் பிள்ளையின் தேகம் போலிருந்தது.

"அப்படீன்னா நீ போய் புள்ளெயப் பாத்திட்டு வந்திரேன் பாப்பம்" என்றாள் கட்டியம்மை.

“வந்துட்டாலோவ்?”

சவாலுக்கு பட்டென்று பதில் கிடைக்கவில்லை. ஒரு நிமிஷம் மௌனம் நிலவியது.

வள்ளியம்மைக்குப் பேச்சு முறுக்கேறுவதில் உற்சாகம் பிறந்துவிட்டது. அதோடு கோலம்மையின் வாலை உருவி விட்டுக் குழந்தையைப் பார்த்துவர அனுப்பிவிட வேண்டுமென்று மனதினுள் தீர்மானம் செய்துகொண்டாள்.

“இன்னா பாரு கோலம், நான் நேத்து சிவகாமி வீட்டுக்குப் போயி நாள் முச்சூடும் காவலு கெடந்தேன் பார்த்துக்க. புள்ளெயப் பாக்கவுட்டாள்ளெ, ஆமா!”

கட்டியம்மையும் அதை ஆமோதித்துப் பேசினாள்:

“ஆஸ்பத்திரிக்காரி புள்ளெய அசைச்சிரக் கூடாதுன்னு சொல்லியிருக்கா, மூடி வச்சிருக்கணும்னு சொல்லியிருக்கா, அப்டீ இப்டீனு புள்ளெ பக்கமே நகரவுட மாட்டேங்காளே!”

“நான் போய் பாத்திட்டு வந்திட்டாலொவ்?” என்று மீண்டும் தீர்மானமான குரலில் சவால் விட்டாள் கோலம்மை. வள்ளியம்மைக்கு தான் இழுத்த கோட்டிற்குள் பேச்சு வருவது இதமாக இருந்தது. ஆனால் அதை வெளியே காட்டிக் கொள்ளாமல் ஆத்திரம் வந்துவிட்டது போல் போலித்தனமாக அபிநயித்துக்கொண்டு சொன்னாள்:

“நீ புள்ளெயப் பாத்துட்டு வந்துட்டா என் கொளந்த பேரு சத்தியமா எங்காதெ அறுத்து வைக்கேன்.” வலது காதைப் பிடித்த படியேதான் இதைச் சொன்னாள் வள்ளியம்மை.

“ஒங் காது எனக்கு என்னாத்துக்கு? சுட்டுத் திங்கவா? பாம் படத்தெ மட்டும் களத்தித் தந்துட்டாப் போதும்” என்றாள் கோலம்மை.

எல்லோரும் சிரித்தனர்.

“தாறேன். வேறொண்ணு வேண்டிக்கிட்டாப் போச்சு, ஒண்ணாணெ தாறேன். நீ பாத்துட்டு வந்திரு பாப்பம்” என்று விசையை விடாது முடுக்கினாள் வள்ளியம்மை.

கோலம்மை மெதுவாக எழுந்து சென்றாள்.

அணஞ்சபெருமாளுக்கு அவனுடைய தாய் முகமோ தகப்பன் முகமோ நினைவில் இல்லை. அவனுக்குச் சிறு வயதிலிருந்தே தெரிந்த முகம் அவனுடைய பாட்டி சிவகாமி ஆச்சியின் முகம்தான்.

அணஞ்சிக்கு மூன்று வயதிலிருந்தே அவனைச் சம்ரட்சிக்கும் பொறுப்பு ஆச்சியின் தலையில் விழுந்துவிட்டது. தாய் இறந்து போனாள். தகப்பன் எங்கோ ஓடிப்போய்விட்டான். இன்றுவரை துப்பு இல்லை.

அணஞ்சிக்கு இப்பொழுது வயது முப்பதாகிவிட்டது. குழந்தைகளின் சுறுசுறுப்பையோ பெரியவர்களின் அறிவு வளர்ச்சியையோ அவனிடம் காண முடியாது. வயதுக்கு அடையாளமாக உயரமிருந்தது. சவரம் செய்துகொள்ளவேண்டிய அவசியமிருந்தது. ஆச்சி முன்னைவிடவும் பெரிய பானை வடித்தாள்.

அணஞ்சிக்குப் படிப்பே வரவில்லை. இருபத்தைந்து வயது வரையும் கிட்டிப்புள்ளும் கோலியும் விளையாடினான். எட்டு வயது, பத்து வயது குழந்தைகளுடன் சகஜமாக விளையாடுவான். சிறு பெண்களைப் பார்த்தால் முகத்தை வலித்துக் காட்டுவான். பக்கத்தில் யாருமில்லை என்றால் ஒரு தடவை அக்கம் பக்கம் பார்த்துவிட்டுப் பெண்ணின் துடையைப் பிடித்து ஒரு அழுத்து அழுத்திவிட்டு ஓடியே போய்விடுவான்.

ஆச்சி ஆயிரம் சிபாரிசு பிடித்து ரைஸ்மில் ஒன்றில் வேலை வாங்கிக் கொடுத்தாள் அணஞ்சிக்கு. காலையில் எட்டு மணிக்குப் போனால் இரவு பத்து மணிக்குத்தான் வீடு திரும்பமுடியும். ரைஸ் மில் எழுப்பும் பேரோசை மிகவும் பிடித்திருந்தது அவனுக்கு. உற்சாகமாக வேலை செய்தான். நிக்கரை மட்டும் போட்டுக்கொண்டு மில்லின் பக்கத்தில் நின்று கொண்டிருப்பதில் அவனுக்குப் பேரானந்தம்.

இரவு, மில் வேலை முடிந்ததும் ஜங்ஷனில் வந்து நின்று கொண்டிருப்பான். சவாரி ஏற்றிக்கொண்டு குதிரை வண்டி ஏதாவது வந்தால் அதைப் பிடித்துக்கொண்டே பின்னால் ஓடிவருவான். சில நாட்கள் வண்டி ஏதும் வராது. அப்பொழுதெல்லாம் அணஞ்சி வீடு வந்து சேருவதற்கு நடுச்சாமமாகிவிடும். 'ஏம்லெ இவ்வளவு நாளி?' என்று பாட்டி கேட்டால் 'குதிரை வண்டி கெடைக்கலெ' என்பான். 'சவம் பொலம்புது' என்று சொல்லிக்கொண்டே சோற்றைப் போடுவாள் பாட்டி.

ஒருநாள் இரவு ஒரு பெண்ணுடன் வீட்டுக்கு வந்தான் அணஞ்சி. அவனுக்குக் கல்யாணமாகிவிட்டதாம். விலக்கு அம்மன் கோயிலில் வைத்துத் தாலி கட்டினானாம். பெரியவர்கள் இருந்து நடத்தி வைத்தார்களாம்.

அதிர்ச்சியில் ஸ்தம்பித்துப் போனாள் பாட்டி.

"பாட்டி, கோசலை அளகுபோல இருக்கா பாத்தியா? சினிமாப் பாட்டெல்லாம் அளகாப் பாடுதா" என்று சொல்லிக்

கொண்டே “கோசலே, பாட்டிக்கு ஒரு பாட்டு பாடிக் காமி பாப்பம்” என்றான் அணஞ்சி.

இரண்டு நாள் வீட்டில் சண்டையும் சச்சரவுமாக இருந்தது. பாட்டி அணஞ்சியிடமும் கோசலையிடமும் எரிந்து எரிந்து விழுந்தாள். பின்னால் பாட்டிக்கு இரண்டு விஷயங்கள் தட்டுப்பட்டன. ஒன்று, கோசலை வந்தது அவளுக்கு மிகவும் ஏந்தலாக இருந்தது. இரண்டு, அணஞ்சிக்கும் கல்யாணம் நடந்தேறி விட்டது.

நாள்பட எல்லாம் சரியாய்ப் போயிற்று. பூசலும் புகைச்சலும்தான் இருந்தது.

அப்பொழுதுதான் கோசலை ஒரு குழந்தையைப் பெற்றெடுத்தாள்.

“லேய் மொண்ணையா, அண்ணைக்கே முட்டிக்கிட்டேனே ஒங்கிட்டெ. எளவு எடுப்பானுக்குத் தெரியலே. எங்கிருந்தோ அவிசாரி மூதியெ ஊட்டுக்குள்ளே கொணாந்துட்டியே. தலெயெ பொறத்தாலே நீட்ட முடியலையே பாவி!” என்றாள் ஆச்சி.

அணஞ்சி அப்பொழுதுதான் மதியம் சோறு உண்ண வீட்டுக்கு வந்திருந்தான். இலைமுன் உட்கார்ந்ததும் பாட்டி கூப்பாடு போட ஆரம்பித்துவிட்டாள்.

அறையின் ஒரு மூலையில் சுவருக்குச் சுவர் கயிறு இழுத்து, அதில் பழஞ்சீலைத் திரை தொங்கவிட்டிருந்தது. திரைக்குப் பின்னால் குழந்தையின் சிணுங்கலும் தாயின் அரவணைப்பும் கேட்ட வண்ணமிருந்தன.

பாட்டி திரும்பத் திரும்ப அதையே சொல்லிக்கொண் டிருந்தாள்.

அணஞ்சிக்கு கோபம் வந்துவிட்டது.

“வாயெ மூடிக்கிட்டு கெடக்கியா, எந்திரிச்சுப் போட்டுமா? பொலம்பிக்கிட்டு கெடக்கியே, பொலம்பிக்கிட்டு. ஒன்னே கட்டேலெ கொண்டு வச்சம் பொறவுதான் எனக்கு ஜாளியா இருக்க முடியும். கொளம்புக்கு உப்பே இல்லை. கொளம்புக்குக் கூடக்கொஞ்சம் உப்புப் போடுனு எத்தனை மட்டம் சொல்லியாச்சு? செவிட்டு எளவுக்குக் காதிலே உளமாட்டேங்கு.”

ஆச்சிக்கு பொத்துக்கொண்டு வந்துவிட்டது. “கொண்டு வய்யேம்லெ, இப்பமே கொண்டுபோய் வச்சிரு. இருபத்தேளு வருசமா உனக்காகச்சுட்டி ஒடம்பே சந்தனமா அரைச்சேம்லா! அதுதான் சொல்லுதே. சொல்லு. நல்லாச் சொல்லு, உசுரு போகமாட்டேங்கே ஆண்டவனே. எண்ணைக்குத்தான் என் உசுரே

கொண்டு போவப் போவுதையோ" என்று நெஞ்சில் ஓங்கி ஓங்கி அடித்துக்கொண்டே பிரலாபிக்க ஆரம்பித்துவிட்டாள் பாட்டி.

அணஞ்சி இலை முன்னாலிருந்து எழுந்து கையை ஓங்கிக்கொண்டு ஓடிவந்தான்.

"வாயெ மூடு, மூடு வாயெ. வச்சிருவேன். பளீர்னு முதுகிலெ சாத்திருவேன். ஒண்ணாணெ அறைஞ்சிருவேன். ராக ஆலாபனையில்லா பண்ணுதா. நீ சோறும் வைக்க வேண்டாம் மண்ணும் வைக்கவேண்டாம். கொளம்பு வச்சிருக்கா கொளம்பு, உப்புமில்லை எளவுமில்லை" என்று சொல்லிக்கொண்டே வெளியே நடந்தான் அணஞ்சி.

பாட்டி தனது அழுகையைத் துண்டாக நிறுத்திவிட்டு, "லேய் மக்கா, பசியா போவாதலெ. கோவிச்சுக்கிட்டுப் போவாதலெ. ஒன் வயிறு வாடிக் கெடக்கவாலெ நான் உசிரப் புடிச்சுக்கிட்டிருக்கேன். லேய் மக்கா, அணஞ்சி, லேய்" என்று இழுத்து இழுத்துக் கத்திக்கொண்டே வாசலை நோக்கி ஓடினாள்.

கோலம்மை உள்ளே ஏறி வந்துகொண்டிருந்தாள்.

பாட்டி முகத்தைத் திருப்பி, முந்தானையால் முகத்தைத் துடைத்துக்கொண்டே, "வா, கோலம், வா" என்றாள்.

புலவன் கோலப்பனுக்குத் தலைக்கு நாள் கண் விழிப்பு. ஒப்பன விளை மாடசாமி கோவிலில் அவனுடைய வில்லடி இருந்தது. தூக்கம் விழித்ததில் கண்கள் கோவைப் பழமாகச் சிவந்திருந்தன. அதோடு காலையில் எழுந்ததும் முதல் சோலியாக, மலையாளத்து நண்பன் ஒருவன் வடக்கே இருந்து ரகசியமாக அனுப்பிவைத்த அசல் மருந்தையும் கொஞ்சம் ருசி பார்த்திருந்தான். கிறுக்கம் களைகட்டி நின்றது.

வாசல் திண்ணையில் உட்கார்ந்து வாயில் பெருக்கெடுத்து ஊறிநின்ற தம்பலச்சாற்றை உம்மென்று அடக்கிப் பிடித்துக் கொண்டு, வில்லில் ஏதோ பழுதுபார்த்துக் கொண்டிருந்தான் கோலப்பன். அப்பொழுதுதான் அவன் மனைவி, ஆச்சி வீட்டில் குழந்தை பிறந்த செய்தியை சுடச்சுடத் தாங்கிக்கொண்டு ஓடி வந்தாள். அந்த நிலையில் மனைவி சொன்னது அரையும் குறையுமாகத்தான் அவன் காதில் விழுந்தது. இடையிடையே அவன் தன்னையறியாமல் 'உம்' போட்டுக் கொண்டிருந்தான்.

மறுநாள் காலைக்கடனைத் தீர்க்கத் தோப்பில் உட்கார்ந்து கொண்டிருந்தபொழுது பார்வத்தியக்காரர் அம்மையப்ப பிள்ளை மேற்படி கதையை நீட்டி நீட்டிச் சொன்னார். அதைக் கேட்பதற்கே பிரம்மானந்தமாக இருந்தது கோலப்பனுக்கு. மண்டையை

ஆட்டியும் சப்த ஓசைகள் எழுப்பியும் ரசித்தான். அன்று இரவு தன் வீட்டில் நடக்கும் வம்புக் கச்சேரியில் இந்த விஷயத்தை எடுத்துப்போட்டுத் தனியாவர்த்தனம் பண்ணவேண்டுமென்றும் நினைத்துக்கொண்டான். ஆனால் அதற்கு வழி இல்லை. அன்று இரவு அவனுக்குப் பணகுடி அம்மன் கோயிலில் புரோகிராம். அச்சாரமும் வாங்கிவிட்டான். எனவே மாலையிலேயே வில்லும் கோஷ்டியுமாகப் புறப்பட்டான்.

பாதிதூரம் போய்க்கொண்டிருக்கும் பொழுது எதிரே நெல்வண்டி ஒன்று வந்தது. நெல் மூடை அம்பாரத்தின் மேல் அணஞ்சி உட்கார்ந்து சிரித்துக்கொண்டிருந்தான்.

"லேய் அணஞ்சி, உன் பெண்சாதி கொளந்தே பெத்திருக் காளாமே" என்று விசாரித்துவிட்டு கூட வந்துகொண்டிருந்த சிஷ்யனைப் பார்த்துக் கண்ணைச் சிமிட்டிச் சிரித்தான்.

குறும்பும் குண்டுணியும் கோலப்பனோடு உடன் பிறந்த அம்சங்கள். பரம ஆபாசமான விஷயங்களைத் துணிச்சலாகவும் அழகாகவும் பேசுவான். இதைக் கேட்டு மகிழ அவன் வீட்டு வாசலில் சதா ரசிகர் கூட்டம் பழிகிடையாய்க் கிடக்கும்.

கோலப்பன் நல்ல ஆஜானுபாகு. குழவிக் கல் மாதிரி தோள்கள். நெஞ்சில் மயிர்க்காடு, அதை இரண்டு கைகளாலும் ஏக காலத்தில் பக்கவாட்டிலிருந்து நடு நெஞ்சிற்குத் தடவி விட்டுக்கொள்வான். வெண்கலக் குரல். ஓயாமல் வெற்றிலை போடுவதாலோ என்னவோ வாயோரம் சற்றுக் கிழிந்திருக்கும்.

பணகுடி கச்சேரி முடிந்து, சத்திரத்தில் படுத்துக் கொண்டிருக்கிறபொழுது, ஆச்சி வீட்டில் குழந்தை பிறந்த கதையை சகாக்களிடம் விதவிதமாய்ச் சொல்லி, எல்லோரையும் சிரிக்கடித்தான்.

"நாளைக்கு ஊருக்குப் போனதும், மொத சோலியா ஆச்சியைப் போய்ப் பார்க்கணும்" என்றான்.

"ஏதாம் பொடி வைக்கப் போறியோவ்?" என்று கேட்டான் ஒரு சிஷ்யன்.

ஏதோ தேவ ரகசியத்தைத் தனது சிஷ்யன் விண்டு சொல்லி விட்டது போல், வெற்றிலைத் தம்பலம் கொசுத்தூறல் போடாமல், கூரை முகத்தைப் பார்த்தபடி தலையை ஆட்டிக் கடகடவென்று சிரித்தான் கோலப்பன்.

கோலம்மை திரும்பி வந்துவிட்டாள். எல்லோரும் புற்றீசல் மாதிரி அவளைச் சுற்றிக்கொண்டனர்.

"என்ன பாத்தியா? பாத்தியா?" என்ற கேள்வி கோரஸாக எழுந்தது.

"பார்த்தேன்" என்று தணிந்த குரலிலும், 'கெத்' விடாமலும் பதில் சொன்னாள். மேற்கொண்டு ஒன்றும் சொல்லாமல் இரண்டு நிமிஷம் மௌனத்தை நிலவ விட்டு எல்லோரும் பொறுமை இழப்பதை உணர்ந்து மகிழ்ந்தாள்.

"அதுதானே கேட்டேன். கோலம் போனா பாக்காமெ வந்திருவாளாக்கும். கெங்கெயெ கொணந்துருவாளெ கெங்கெயெ" என்றாள் குட்டிப்பிள்ளை ஆச்சி.

கோலம்மை கையை அகல வைத்துக்கொண்டு சொன்னாள்.

"பிள்ளெ இந்தா வண்ணமிருக்கு. அந்த மாந்தயன் சாடையேல்லே. அவ சாடையாத்தான் தெரியுது. நல்ல வெளச்சலு கொளந்தைக்கு எம்புட்டு தலையிங்கே? ஆத்தாடி! சுட்டியும் பூவும் வச்சுப் பின்னலாம், ஒன்னாணெ."

"நீ சொலுதெ பாத்தா..." என்று ஒருத்தி இழுத்தாள்.

"அதொண்ணும் எங்கிட்டெ கேக்காதே. எனக்கு அசிங்கியம் சொல்லக் களியாது" என்று முகத்தைச் சுளித்துக் கொண்டாள் கோலம்மை.

"அந்தக் குட்டியெ மொதமொத பாத்தாலெ ஒரு மாதிரியாத்தான் பட்டுது எனக்கு. நம்ம வாயாலெ ஒண்ணும் வந்திரப்படாதேனு கம்னு இருந்தேன். இன்னாப் பாரு வனசம், அவ ஒரு மாதிரித்தான். நெத்தியிலேயே எளுதி ஒட்டியிருக்கே மேப்படிதான்னு" என்றாள் வள்ளியம்மை.

"புதுசாத் தெரிஞ்சு சொல்லிட்டா! மயிலாடிலேருந்து பூ கொண்டு வாராள்ளா பங்கோசம், அவ அண்ணைக்கே சாரிச்சு வந்து சொன்னாளே. நான் வெளியிலே உடலே. இவ ரெண்டு வருசத்து முன்னியே குட்டி அளிச்சவளாமே! சுசீந்திரம் தேரோட்டம்னு ஒரு மட்டம் போனாளாம், மூணு நா ஆளையே காங்கலையாம்."

பெண்கள் எல்லோரும் ஏககாலத்தில் கையைத் தட்டிக் கன்னத்தில் கைவைத்தனர்.

"அப்படிச் சொல்லு, அதுதானே பார்த்தேன். கலியாணம் கட்டி ஏழாம் மாசத்திலே பயில்வான் கணக்க கொளந்தே பொறக்கணும்னா சில்லறைக் காரியமா? அடிபட்ட கச்சிதாம்னு சொல்லு. சரிதான், சரிதான்" என்று முகத்தை வலித்தாள் குட்டிப்பிள்ளை.

வீட்டுப் புருஷர் தடபுடவென்று படியேறி வந்தார். மகாநாடு கலைந்தது.

அணஞ்சியின் மனைவி கோசலை வாயில்லாப் பிராணி. நல்ல கறுப்பு, மூக்கும் முழியும் திருத்தம் என்று சொல்ல முடியாது. இருந்தாலும் உடம்பில் அசாத்திய பூரிப்பு, மதமதப்பு. தனித் தனியாகப் பிரித்துப் பார்த்தால் அங்கங்கள் அத்தனையும் குறை. எல்லாம் சேர்ந்து அழகின் பூர்ணத்துவம் பொருந்தியது போன்ற மயக்கத்தைத் தந்து போதை ஊட்டிவிடும். அழகல்ல; கவர்ச்சி. கட்டிக்கொண்டு வாழ ஆசை தோன்றாது; அனுபவிக்கத்தான் வெறி ஏற்படும்.

கோசலை வாசல் திண்ணைக்குக்கூட வரமாட்டாள். ஊரில் எந்தப் பெண்ணுடனும் அவளுக்கு சிநேகம் கிடையாது. அவள் பாட்டியுடன் பேசுவதை அணஞ்சியோ, அணஞ்சியுடன் அளவளாவுவதைப் பாட்டியோ பார்த்தது கிடையாது. முகத்தில் சோகமும் இராது, சிரிப்பும் இராது. முகத்திலிருப்பது ஆழ் மனசின் அழுத்தமா அல்லது வெள்ளை மனதின் பேதமையா என்று நிதானிக்க முடியாதபடி இருக்கும். பார்ப்பவர்களுக்கு இரண்டுமே மாறிமாறித் தோன்றும்.

கோசலை மாட்டுக்குப் புல்கொண்டு வைக்கும் பறைச்சியுடன் ரசமாய்ப் பேசிக்கொண்டிருப்பாள். மத்தியான வேளையில் அணஞ்சி ரைஸ்மில்லில் இருப்பான். சில சமயம் பாட்டியும் படுத்துறங்கிவிடுவாள். அப்போதெல்லாம் தனது தலை வெளியே தெரியாமல் வாசல் நிலையை ஒட்டி உட்கார்ந்து கொண்டு தாலியால் பல்லைக் குத்தியபடி வானவெளியை வெறிச்சிட்டுப் பார்த்தவண்ணமிருப்பாள். சில சமயம் வாசலில் வரும் பிச்சைக்காரியுடனோ சாமியாருடனோ பேசிக்கொண்டிருப்பாள்.

குழந்தை பிறந்த செய்தி தெருவெல்லாம் முழங்கி ஊரும் வீடும் இரண்டுபடுகிறபொழுதும் கோசலையின் முகத்தில் ஒன்றுமே இல்லை. பழைய நடை, பழைய பார்வை, பழைய முகம்.

சிவகாமி ஆச்சி ஓயாமல் குத்திக் குத்தி எடுத்துக்கொண் டிருந்தாள். குத்திய இடத்திலேயே மீண்டும் குத்திக் கிளறிப் பார்த்தாள்.

“ஏட்டி, இன்னா பாரு. நா ஒரு நாளியா லோலோன்னு கத்தித் தொண்டைத் தண்ணியெ வத்த வச்சுக்கிட்டிருக்கேன். நீ சொவத்தெப் பார்த்துக்கிட்டு இருக்கியே. சொவத்திலே ஒன் ஆளுக்குப் படமா எளுதி வச்சிருக்கு?”

வேண்டுமென்றே காரத்தைக் கூட்டிக்கூட்டிப் பேசிப் பார்த்தாள், தெரிந்த வித்தை அத்தனையும் கையாண்டு பார்த்தாள். வேறு எந்தவிதமான பலனளிக்காவிட்டாலும், கோசலை எதிர்த்து நின்று ஒரு மூச்சு சண்டைக்கு வந்தாலாவது போதுமென்றிருந்தது ஆச்சிக்கு.

கோசலை தலையைத் தொங்கப்போட்டு உட்கார்ந்து கொண்டிருந்தாள்.

"ஏட்டி நீ ஊமையா? இல்லே செவிடா? நான் பாட்டுக்கு அவயம் போட்டுக்கிட்டே இருக்கேன். நீ இடிச்ச புளி கணக்க இருக்கியே."

கோசலை திரைக்குப்பின் மறைந்துவிட்டாள்.

சிறிது நேரம் கழிந்ததும் திரைக்குள்ளிருந்து விசும்பும் சப்தம் கேட்டது.

"ஐயோ, சாதுக் கொளந்தே அளுது. வாயிலே வெரலெ வச்சாக் கடிக்கத் தெரியாது. ஏளாம் மாசத்திலே கொளந்தே மட்டும் பெத்துடுவா. தூ!"

திரைக்குள் சப்தம் அடங்கிவிட்டது.

"எக்கேடும் கெட்டு கட்ட மண்ணாப் போங்க. ஓம்பாடு, அந்தப் 'பிரிலூஸ்' இருக்காம்லெ அவம்பாடு" என்று சொல்லிக் கொண்டே வெற்றிலைப் பையை எடுத்துக்கொண்டு வாசலுக்கு நகர்ந்தாள்.

வாசலில் நிழலாடிற்று.

"ஆரு?"

"நாந்தான் கோலப்பன்."

"வா, வா, இரி" என்று வரவேற்றாள் ஆச்சி.

கோலப்பன் மடமடவென்று உள்ளே வந்து பாட்டியின் முன்னால் அவள் மூச்சுப்படும்படி நெருக்கமாக உட்கார்ந்து கொண்டான். பாட்டியின் கைகளைத் தன் கையால் நகர்த்தி, வெற்றிலை இடிக்கும் கல்லைத் தன் பக்கம் இழுத்துக்கொண்டு இடிக்க ஆரம்பித்தான்.

"நான் வரயிலெ உள்ளார என்னமோ சத்தம் கேட்டுதே, என்ன விஷயம்?" என்று பேச்சைத் துவக்கினான் கோலப்பன்.

‘ஒண்ணுமில்லெ. நான் பொறந்து வளந்த கதெயெத்தான் சொல்லிப் பொலம்பிக்கிட்டிருக்கேன். பூமிக்குப் பாரமா, வான்னு கூப்பிட ஆளு அத்துப் போயி இருக்கேனே, எண்ணைக்குடா என்னெ அளச்சிக்கிடப் போறேனு, அவனெக் கேக்கேன்.”

“சீச்சீ. அதெல்லாம் என்ன பேச்சு. பயித்தாரப் பேச்சு. இன்னம் நீ ஒன் கண்ணாலெ என்னமெல்லாம் பாக்கக் கெடக்கு!”

“இப்பம் பாக்கத்தானெ செய்யுதேன். கோலப்பா, என் ஜாதகத்தெப் பாத்து சாக்காலம் வந்திரிச்சான்னு சொல்லேன். நீ நல்லா இருப்பே.”

“அதையும் இதையும் பொலம்பிக்கிட்டிருந்தா பொறவு நான் எந்திரிச்சுப் போயுருவேன், ஆமா” என்று செல்லமாக அதட்டிவிட்டு இடித்த வெற்றிலையைப் பாட்டியின் உள்ளங்கையில் கொடுத்தான்,

பாட்டி வெற்றிலையை வாயில் ஒதுக்கிக்கொண்டு சொன்னாள்:

“ஒன்ன எம்மவனா நெனச்சு சொல்லுதேன் பாத்துக்க. ஊரெல்லாம் சிரிப்பாச் சிரிக்குது. எனக்கு அந்த மேனிக்கு நாக்கெப் புடிங்கிக்கிட்டு உசிரை விடலாம்னு வருது.”

“எதுக்கு . . .? கிறுக்கோவ்.”

“நீ என்ன சமுசாரம் பேசுதே? இதெக் காட்டியும் ஒரு அவமானம் உண்டா ஒலகத்திலெ? தலமொறை தலமொறையா இந்த எளவு ஒண்ணும் கேட்டதில்லே பாத்துக்க.”

“இப்பம் என்ன வந்திட்டுது? சங்கதி தெரியாமெ பொலம்புதியே.”

“வருதுக்கு இன்னம் மிச்சங் கெடக்காக்கும்.”

“அட எளவே, இது லவ்வுல்லா!” என்றான் கோலப்பன்.

“என்னாத்தெ?”

“லவ்.”

“லவ்வு” என்றாள் ஆச்சி.

“அளுத்திட்டியே” என்றான் கோலப்பன்.

“லவ்வு” என்றாள் மீண்டும்.

“தொலைய வச்சிட்டியே! இன்னா பாரு, லேசாச் சொல்லணும். அப்படி லேசா லேசா. . . ‘லவ்’ அவ்வளவுதான்.”

பாட்டி கோலப்பன் முகத்தைத் தனது வாயெதிரே திருப்பிக் கொண்டே சொன்னாள்:

“இன்னா பாரு கோலப்பா, அளுத்தலெ, லேசாச் சொல்லுதேன், நுனி நாக்காலெ பூப்போலெ சொல்லுதேன், பாரு” என்று சொல்லிக்கொண்டே முகத்தை குழந்தை மாதிரி வைத்துக்கொண்டு சொன்னாள்:

“லவ்.”

“அத் – தான்! அத் – தான்!” என்றான் கோலப்பன்.

“அது என்ன எளவு?” என்று கேட்டாள் ஆச்சி.

“அடேயப்பா, அதில்லா இந்தப் பாடு படுத்துது. அணஞ்சி நெல்லு மூட்டை கொண்டார மயிலாடி போனாம்லா . . .”

“ஆமா.”

“அப்பம் பொசுக்குன்னு வந்து புடிச்சுகிட்டு.”

“என்னது?”

“லவ்.”

“எளவுதான். . . பொறவு?”

“பொறவு என்னத்தெ? இந்தக் கதைதாலா. ‘லவ்’ பயங்கரமில்லா!”

“நீ சொல்லுதெக் கேட்டாலே பயமா இருக்கே.”

“பின்னே? லேசுபட்ட சங்கதியா? பொல்லாதில்லா. பெரும் பாடு படுத்திப்போடுமே. நம் ஊருப் பொம்புளைங்களுக்கு என்ன தெரியும்? ஆக்கணம் கெட்ட மூதிக. வாயிலெ வந்ததப் பேசும். அதுகப் பொலம்பிக்கிட்டுத் திரியட்டும். நீ சிவனேண்ணு இரி.”

“கோலப்பா, இப்பமில்லா எனக்கு சங்கதி தெரியி. மருங்கூரு சுப்பிரமணியன் எளுந்திச்சு வந்தாலெ வந்து சொல்லுதியே. நான் ராத்தூக்கமில்லாமெப் படுதேனே பதினஞ்சு நாளாட்டு, நீ தான் பொட்டுப் போட்டாலெ சொல்லிப்புட்டியே.”

“இப்பம் தெரிஞ்சுதா?” என்றான் கோலப்பன்.

“இன்னம் தெரியாமெ இருக்குமாக்கும். பயித்தாரச் சவம்னு நெனச்சுக்கிட்டியோ?” என்றாள் ஆச்சி.

“என்னது? இன்னொரு மட்டம் சொல்லு பாப்பம்” என்றான் கோலப்பன்.

“லவ்வுல்லா” என்றாள் ஆச்சி.

கோலப்பன் எழுந்திருந்தான்.

"இரி, ஒரு நேரத்துக்கு வெத்தலையாவது போட்டுக்கிட்டுப் போ" என்றாள் ஆச்சி.

கோலப்பன் மீண்டும் உட்கார்ந்துகொண்டான்.

சிவகாமி ஆச்சியும் பிரமு ஆச்சியும் நெடுநாள் சினேகிதிகள். ஒன்றாகப் புழுதி அளைந்து விளையாடியவர்கள். இரண்டு பேருக்கும் பொதுவாகப் பால் வியாபாரம், சில்லறை கொடுக்கல் வாங்கல், பழம் பெருமைகள், விதவைப் பிரச்னைகள் முதலியன உண்டு.

மதியம் சாப்பாடு முடிந்ததும் மிச்சம் சோற்றில் வெந்நீரை ஊற்றி மூடி வைத்துவிட்டு சிவகாமி ஆச்சியின் வீட்டுக்கு வந்துவிடுவாள் பிரமு. இரண்டு பேரும் சாணம் மெழுகி ஜில்லென்றிருக்கும் தரையில் உட்கார்ந்து பேசுவார்கள். வெற்றிலையை இடித்துப் போட்டுக்கொள்வார்கள். கீழே படுத்துக்கொண்டு புருஷ பயமின்றி உருளுவார்கள். தங்களை அறியாமலேயே மயங்குவார்கள். கண் விழித்து வெற்றிலை போட்டுக் கொண்டு மீண்டும் விட்ட இடத்திலிருந்து பிடித்துப் பேசுவார்கள்.

அன்று பிரமு எப்போது வருவாள் என்று துடித்துக் கொண்டிருந்தாள் சிவகாமி ஆச்சி.

'பெரமுவெ காங்கெலெ' என்று வாசல் திண்ணைவரை சென்றுவிட்டுத் திரும்புகையில் தனக்குத்தானே சொல்லிக் கொண்டாள்.

பிரமு ஆச்சி வழக்கமாக 'ஆஜர்' கொடுக்கும் நேரமாகவில்லை. சிவகாமி ஆச்சிக்கு இருந்த ஆத்திர உணர்ச்சியில் அவளுக்கு அப்படித் தோன்றிற்று.

கடைசியாக ஒருமட்டும் பிரமு ஆச்சி வந்து சேர்ந்தாள். வழக்கம் போல் இரண்டு பேரும் உட்கார்ந்து பேச ஆரம்பித்தனர். பிரமு ஆச்சியிடம் கோலப்பன் சொன்ன விஷயத்தையெல்லாம் சவிஸ்தாரமாகக் கூறினாள் சிவகாமி. பிரமு ஆச்சிக்கு ஆச்சரியத்தில் பேச முடியவில்லை. கண்கள் மலர்ந்தன.

"அப்படிச் சொல்லு. அதுதாலாப் பார்த்தேன். இந்தக் குடும்பத்துக்கு ஒரு கொறவு வராதே. சரிதான். இப்பமில்லா தெரியுது" என்றாள் பிரமு ஆச்சி.

"பெரமு, அண்ணைக்கு கோலப்பன் கதெ கதெயாச் சொன்னான் பாத்துக்க. லவ்வுல்லா. பயங்கரமாமே அது."

சுந்தர ராமசாமி

“அந்த எளவு இங்கெ வந்து ஏறிட்டெ?” என்று அங்கலாய்த்தாள் பிரமு ஆச்சி.

“ஏறுமாம். அது எங்னெயும் நொளஞ்சு ஏறிடுமாம். கோலப்பன் சொன்னானே. நாலு எளுத்து படிச்சவனில்லா கோலப்பன். ராமாயணமும் பாரதமும் தலெகீளாச் சொல்லுவானே.”

“சந்தேகமா? பேப்பரெ கையிலெ எடுத்தா படிக்கான், படிக்கான் வுடாமெ நாலு நாளி படிக்கான் பாத்துக்க. என்னதான் படிக்கானோ எப்படித்தான் படிக்கானோ” என்று ஆமோதித்தாள் பிரமு ஆச்சி.

நீண்டநேரம் அதையே இரண்டு பேரும் வியந்து வியந்து பேசிக்கொண்டிருந்தனர்.

பின்னால் சிறிதுநேரம் மௌனம் நிலவிற்று.

வெற்றிலையில் சுண்ணம் தேய்த்து மடித்து வாயருகே கொண்டுபோன பிரமு ஆச்சி சட்டென்று கையை இழுத்து விட்டு உரக்கச் சொன்னாள்:

“யெக்கா, இப்பமில்லா எனக்குத் தெரியுது!”

“என்னது?”

“என் வூட்டு எருமெ கண்ணு போட்ட ரகசியம்.”

“எருமெ கண்ணு போடுதும் அதிசயமாப் போச்சாக்கும் உனக்கு. எளவுதான்” என்றாள் சிவகாமி ஆச்சி.

“ஒரு வருசமா ஒத்தையா கெட்டுலெ நிக்க எருமெயில்லா. மேய்ச்சலுக்கும் உடலியே. முந்தாநா ஆனைக் குட்டியாட்டம் கண்ணு போட்டிருக்குங்கேன்! ரெண்டு நாளா யோசிச்சு யோசிச்சு மண்டை புண்ணாப் போச்சே. இப்பமில்லா தெரியுது” என்றாள் பிரமு ஆச்சி.

“என்ன தெரியி?” என்று கேட்டாள் சிவகாமி ஆச்சி.

“லவ்வுல்லா!” என்றாள் பிரமு ஆச்சி.

“ஆட்சேபனை உண்டுமா? மனுசெனெப் புடிக்குது மாட்டெப் புடிக்காமெ வுடுமா?” என்று கேட்டாள் சிவகாமி ஆச்சி.

சரஸ்வதி, 1958

ஸ்டாம்பு ஆல்பம்

ராஜப்பாவின் புகழ் மங்கிப்போய்விட்டது. மூன்று நாட்களாக நாகராஜனைச் சுற்றிக் கூட்டம். நாகராஜனுக்குக் கர்வம் வந்துவிட்டது என்று ராஜப்பா எல்லாப் பையன்களிடமும் சொன்னான். பையன்கள் அதை ஒப்புக்கொள்ளவில்லை. நாகராஜன் சிங்கப்பூரிலிருந்து அவன் மாமா அனுப்பி வைத்த ஆல்பத்தை எல்லோரிடமும் காட்டினான். பள்ளிக்கூடத்தில் காலை முதல் மணி அடிப்பதுவரை பையன்கள் நாகராஜனைச் சுற்றிச் சூழ நின்றுகொண்டு ஆல்பத்தைப் பார்த்தார்கள். மதியம் இடைவேளையிலும் அவனை மொய்த்தார்கள். கோஷ்டி கோஷ்டியாக வீட்டிற்கு வந்தும் பார்த்துவிட்டுப் போனார்கள். பொறுமையோடு எல்லோருக்கும் காட்டினான் அவன். யாரும் ஆல்பத்தைத் தொடக்கூடாது என்று மட்டும் சொன்னான். அவன் மடியில் வைத்தபடி ஒவ்வொரு பக்கமாகத் திருப்புவான். பையன்கள் பார்த்துக்கொள்ள வேண்டும்.

வகுப்புப் பெண்களுக்கும் நாகராஜனின் புதிய ஆல்பத்தைப் பார்க்க வேண்டுமென்று ஒரே ஆசை. பெண்கள் சார்பில் பார்வதி வந்து கேட்டாள். அவள் தைரியத்திற்குப் பெயர் போனவள். ஆல்பத்திற்கு அட்டைபோட்டு அவள் கையில் கொடுத்தான் நாகராஜன். எல்லாப் பெண்களும் பார்த்த பின் மாலையில் ஆல்பம் கைக்கு வந்து சேர்ந்தது.

சுந்தர ராமசாமி

இப்பொழுது ராஜப்பாவின் ஆல்பத்தைப்பற்றிப் பேசுவாரில்லை. அவனுடைய புகழ் மங்கித்தான் போய்விட்டது.

ராஜப்பாவின் ஆல்பம் மாணவர்கள் வட்டாரத்தில் மிகவும் பிரசித்திபெற்றது. தேனீ தேன் சேர்ப்பது மாதிரி ஒவ்வொரு ஸ்டாம்பாகச் சேர்த்து வைத்திருந்தான். இதைத் தவிர வேறு எந்த விஷயத்திலும் கவனமில்லை அவனுக்கு. காலையில் எட்டு மணிக்கே வீட்டைவிட்டுக் கிளம்பிவிடுவான். ஸ்டாம்பு சேர்க்கும் பையன்கள் வீடுதோறும் ஏறி இறங்குவான். இரண்டு ஆஸ்திரேலியாவைக் கொடுத்துவிட்டு ஒரு பின்லண்டு வாங்குவான். இரண்டு பாகிஸ்தான் வாங்கிக்கொண்டு ஒரு ருஷ்யாவைக் கொடுப்பான். மாலையில் வீட்டுக்கு வந்து புத்தகத்தை மூலையில் எறிந்துவிட்டு, முறுக்கைக் கையில் வாங்கி நிக்கர் பையில் அடைத்து, நின்றபடியே காபியை விட்டுக்கொண்டு கிளம்பி விடுவான். நாலு மைல் தொலைவில் ஒரு பையனிடம் கானடா இருப்பதாகத் தகவல் கிடைத்திருக்கும். முறுக்கைக் கடித்துக்கொண்டே வயல்காட்டு வழியே குறுக்குப் பாதையில் ஓடுவான்.

அந்தப் பள்ளிக்கூடத்திலேயே அவனுடைய ஆல்பம்தான் பெரிய ஆல்பம். சிரஸ்தார் பையன் அவன் ஆல்பத்தை இருபத்தைந்து ரூபாய்க்கு விலைக்குக் கேட்டான். பணக் கொழுப்பு! பணத்தைக் கொடுத்து ஆல்பத்தை விலைக்கு வாங்கிவிடலாமென்று நினைத்தான். ராஜப்பா சுடச்சுட பதில் கொடுத்தான். "உங்க வீட்டிலெ ஒரு அழகான குழந்தை இருக்கே. முப்பது ரூபாய் தறேன். விலைக்குத் தாயேன்" என்று கேட்டான். கூடியிருந்த பையன்கள் எல்லோரும் கைதட்டி, விசில் அடித்து ஆமோதித்தார்கள்.

ஆனால் இப்பொழுது அவன் ஆல்பத்தைப்பற்றிப் பேச்சே இல்லை. அதுமட்டுமல்ல, நாகராஜனின் ஆல்பத்தைப் பார்த்தவர்கள் எல்லோரும் அதை ராஜப்பாவின் ஆல்பத்தோடு ஒப்பிட்டுப் பேசினார்கள். ராஜப்பாவின் ஆல்பத்தைத் தூக்கி அடித்துவிட்ட தாம்!

ராஜப்பா நாகராஜனின் ஆல்பத்தைக் கேட்டு வாங்கிப் பார்க்கவில்லை. ஆனால் மற்றப் பையன்கள் பார்க்கிறபொழுது அந்தப் பக்கமே திரும்பாதது போல் பாவித்துக்கொண்டு ஓரக் கண்ணால் பார்த்தான். உண்மையாகவே நாகராஜனின் ஆல்பம் மிகவும் அழகாகத்தான் இருந்தது. ராஜப்பா ஆல்பத்திலிருந்த ஸ்டாம்புகள் நாகராஜனின் ஆல்பத்தில் இல்லை. எண்ணிக்கையும் குறைவுதான். ஆனால் அந்த ஆல்பமே அற்புதமாக இருந்தது. அதைக் கையில் வைத்துக்கொண்டிருப்பதே பெருமை தரும்

விஷயம்தான். அந்த மாதிரி ஆல்பமே அந்த ஊர் கடைகளில் கிடைக்காது.

நாகராஜனின் ஆல்பத்தின் முதல் பக்கத்தில் முத்து முத்தான எழுத்தில் கீழ்கண்டவாறு எழுதியிருந்தது. அவன் மாமா அப்படி எழுதி அனுப்பியிருந்தார்.

ஏ.எஸ். நாகராஜன்

வெட்கம் கெட்டுப்போய் இந்த ஆல்பத்தை
யாரும் திருட வேண்டாம். மேலே எழுதியிருக்கும்
பெயரைப் பார். இது என்னுடைய ஆல்பம்.
புல் பச்சை நிறமாக இருப்பதுவரை, தாமரை
சிவப்பாக இருப்பதுவரை, சூரியன் கிழக்கில்
உதித்து மேற்கில் அஸ்தமிப்பதுவரை இந்த
ஆல்பம் என்னுடையதுதான்.

மற்ற பையன்கள் எல்லோரும் இதைத் தங்களுடைய ஆல்பத்திலும் எழுதிக்கொண்டார்கள். பெண்கள் தங்களுடைய நோட் புத்தகத்திலும் பாடப் புத்தகத்திலும் எழுதிக்கொண்டார்கள். "எதுக்கடா அவனைப் பார்த்துக் காப்பி அடிக்கணும்? ஈயடிச்சான் காப்பி" என்று எல்லாப் பையன்களிடத்திலும் இரைந்தான் ராஜப்பா.

ஒருவரும் பதில் பேசாமல் ராஜப்பா முகத்தையே பார்த்தார்கள். கிருஷ்ணனுக்குப் பொறுக்கவில்லை.

"போடா அசூயை பிடிச்ச பயலே" என்று கத்தினான் கிருஷ்ணன்.

"எனக்கு எதுக்குடா அசூயை? அவன் ஆல்பத்தைவிட என் ஆல்பம் பெரிசுடா" என்றான் ராஜப்பா.

"அவனிடம் இருக்கிற ஒரு ஸ்டாம்பு உன்னிடம் இருக்கா? இந்தோனேஷியா ஸ்டாம்பு ஒண்ணு போருமே. கண்ணில் ஒத்திக்கடா அவன் ஸ்டாம்பெ" என்றான் கிருஷ்ணன்.

"என்னிடம் இருக்கிற ஸ்டாம்பெல்லாம் அவனிடம் இருக்கா?" என்று கேட்டான் ராஜப்பா.

"அவனிடம் இருக்கிற ஒரு ஸ்டாம்பு ஒண்ணு காட்டு பாப்பம்" என்றான் கிருஷ்ணன்.

"என்னிடம் இருக்கிற ஒரு ஸ்டாம்பு அவன் காட்டட்டும் பாக்கலாம். பத்து ரூபா பெட்."

"உன் ஆல்பம் குப்பைத்தொட்டி ஆல்பம்" என்று கத்தினான் கிருஷ்ணன். எல்லாப் பையன்களும் 'குப்பைத்தொட்டி ஆல்பம், குப்பைத்தொட்டி ஆல்பம்' என்று கத்தினார்கள்.

தன்னுடைய ஆல்பத்தைப் பற்றி இனிமேல் பேசிப் பயனில்லை என்று தெரிந்துகொண்டான் ராஜப்பா.

அவன் அரும்பாடுபட்டுச் சிறுகச் சிறுகச் சேர்த்த ஆல்பம். சிங்கப்பூரிலிருந்து ஒரு தபால் வந்து நாகராஜனை ஒரே நாளில் பெரியவனாக்கிவிட்டது. இரண்டிற்குமுள்ள வேற்றுமை பையன்களுக்குத் தெரியவில்லை. சொன்னாலும் அசடுகளுக்கு மண்டையில் ஏறாது.

ராஜப்பா தன்னிலையின்றி குமைந்துகொண்டிருந்தான். பள்ளிக்கூடம் போவதற்கே பிடிக்கவில்லை.

மற்றப் பையன்கள் முகத்தில் விழிப்பதற்கே வெட்கமாக இருந்தது. வழக்கமாக சனி ஞாயிறுகளில் ஸ்டாம்பு வேட்டைக்கு அலையாத அலைச்சல் அலைபவன் இந்தத் தடவை வீட்டை விட்டு வெளியே தலை நீட்டவில்லை. ஒரு நாளில் ராஜப்பா அவன் ஆல்பத்தை எத்தனை தடவை திருப்பித் திருப்பிப் பார்ப்பான் என்பதற்குக் கணக்கே கிடையாது. இரவு படுத்துக்கொண்டபின் திடீரென்று ஏதோ நினைத்துக்கொண்டு டிரங்குப் பெட்டியைத் திறந்து ஆல்பத்தை எடுத்து ஒரு புரட்டு புரட்டி விட்டு வருவான். அதை இரண்டு நாட்களாக வெளியிலேயே எடுக்கவில்லை. ஆல்பத்தைப் பார்ப்பதற்கே எரிச்சலாக இருந்தது. நாகராஜனின் ஆல்பத்தைப் பார்க்கிறபொழுது தன்னுடைய ஆல்பம் வெறும் அப்பளக் கட்டு என்றுதான் தோன்றிற்று அவனுக்கு.

அன்று மாலை ராஜப்பா நாகராஜனின் வீடு தேடிச் சென்றான். அவன் ஒரு முடிவுக்கு வந்துவிட்டான். இந்த அவமானத்தை அவனால் அதிக நாட்கள் தாங்கிக்கொள்ள முடியாது.

திடீரென்று ஒரு புதிய ஆல்பம் நாகராஜன் கைக்கு வந்து சேர்ந்திருக்கிறது. அவ்வளவுதான்! ஸ்டாம்பு சேகரிப்பதிலுள்ள தந்திரங்கள் அவனுக்கு என்ன தெரியும்? ஒவ்வொரு ஸ்டாம்புக்கும் ஸ்டாம்பு சேர்க்கிறவர்கள் மத்தியில் என்ன மதிப்புண்டு என்பது அவனுக்குத் தெரியுமா என்ன! பெரிய ஸ்டாம்புதான் சிறந்த ஸ்டாம்பு என்று நினைத்துக்கொண்டிருப்பான். அல்லது பெரிய தேசத்து ஸ்டாம்புதான் அதிக மதிப்புள்ளது என்று எண்ணிக் கொண்டிருப்பான். எப்படியும் அவன் அமெச்சூர் தானே? தன்னிடம் இருக்கும் உதவாக்கரை ஸ்டாம்புகள் சில கொடுத்து மணியான ஸ்டாம்புகளைத் தட்டிவிட முடியாதா என்ன?

பிரசாதம்

எத்தனையோ பேருக்கு நாமம் சாத்தவில்லையா? இதிலிருக்கிற தந்திரமும் மாயமும் கொஞ்சமா? நாகராஜன் எந்த மூலைக்கு!

ராஜப்பா நாகராஜன் வீட்டை அடைந்து மாடிக்குச் சென்றான். அவன் அடிக்கடி வருகிற பையன் என்பதால் யாரும் ஒன்றும் சொல்லவில்லை. மாடியில் சென்று நாகராஜனின் மேஜைக்கு முன் உட்கார்ந்தான். சிறிது நேரம் கழிந்ததும் நாகராஜனின் தங்கை காமாட்சி மாடிக்கு வந்தாள். "அண்ணா டவுனுக்குப் போயிருக்கிறான்" என்று சொல்லிவிட்டு, "அண்ணா ஆல்பத்தைப் பாத்தியா?" என்று கேட்டாள்.

"உம்" என்றான் ராஜப்பா.

"அழகான ஆல்பம் இல்லையா? ஸ்கூல்லெ வேறெ யாரிட்டேயும் இவ்வளவு பெரிய ஆல்பம் இல்லையாமே?"

"யாரு சொன்னா?"

"அண்ணாதான் சொன்னான்."

பெரிய ஆல்பம் என்றால் என்ன? பார்க்கப் பெரிதாக இருந்தால் போதுமா?

சிறிது நேரம் அங்கிருந்துவிட்டு, காமாட்சி கீழே சென்று விட்டாள்.

ராஜப்பா மேசையில் கிடந்த புத்தகங்களைப் பார்த்துக் கொண்டிருந்தான். திடீரென்று டிராயர் பூட்டில் கைபட்டது. பூட்டை இழுத்துப் பார்த்தான். பூட்டித்தான் இருந்தது. திறந்து பார்த்தால் என்ன? மேஜை மேலிருந்து சாவியைக் கண்டெடுத்தான். ஏணிப்படியோரம் சென்று ஒரு தடவை கீழே குனிந்து பார்த்துவிட்டு, சட்டென்று டிராயரைத் திறந்தான். மேலாக ஆல்பம் இருந்தது. முதல் பக்கத்தைத் திருப்ப, அதில் எழுதியிருந்ததை வாசித்தான். நெஞ்சு படக் படக்கென்று அடித்துக் கொண்டது. ஒரு நிமிஷத்தில் டிராயரைப் பூட்டினான். ஆல்பத்தை எடுத்துச் சட்டைக்குள் நிக்கரில் செருகிக்கொண்டு கீழிறங்கி வீட்டைப் பார்த்து ஓட்டமாக ஓடினான்.

நேராக வீட்டிற்குள் சென்று புத்தக அலமாரிக்குப் பின்னால் ஆல்பத்தை மறைத்து வைத்தான். வாசல் பக்கம் வந்தான். உடம்பு பூராவும் கொதிப்பது போலிருந்தது. தொண்டை உலர்ந்தது. முகத்தில் ஜிவ் ஜிவ்வென்று ரத்தம் குத்திற்று.

இரவு எட்டு மணிக்கு எதிர்வீட்டு அப்பு வந்தான். கையையும் தலையையும் ஆட்டிக்கொண்டு விஷயத்தைச் சொன்னான். நாகராஜன் ஸ்டாம்பு ஆல்பத்தைக் காணவில்லையாம்! அவனும்

நாகராஜனும் டவுனுக்குச் சென்றிருந்தார்களாம். திரும்பி வந்து பார்க்கிறபோது மாயமாக மறைந்து விட்டதாம் ஆல்பம்.

ராஜப்பாவுக்கு ஒன்றும் பேசமுடியவில்லை. அவன் எப்படி யாவது போய்விட்டால் போதுமென்றிருந்தது. அப்பு சென்றதும் அறைக்குள் வந்தான். கதவைச் சாத்தினான். அலமாரிக்குப் பின்னாலிருந்து ஆல்பத்தை எடுத்தான். கை விறைத்தது. ஜன்னல் வழியாக யாராவது பார்த்துவிடுவார்கள் என்று பயந்து மீண்டும் ஆல்பத்தை அலமாரிக்குப் பின்புறம் திணித்தான்.

இரவு சாப்பிட முடியவில்லை. வயிற்றை அடைத்துக் கொண்டு விட்டது. வீட்டிலுள்ள எல்லோரும் அவன் முகத்தைப் பார்த்து, "என்னடா, என்னடா" என்று கேட்டார்கள். தன்னுடைய முகம் பயங்கரமாகக் கோணியிருப்பது மாதிரித் தோன்றிற்று அவனுக்கு.

எப்படியாவது தூங்கிவிடுவோம் என்று படுக்கையை விரித்துப்படுத்தான். தூக்கம் வரவில்லை. தான் தூங்கும்பொழுது யாராவது அலமாரிக்குப் பின்னாலிருந்து ஆல்பத்தைக் கண்டெடுத்துவிட்டால் என்ன செய்வது என்று பயந்து, ஆல்பத்தை எடுத்துவந்து தலையணைக்கடியில் வைத்துக்கொண்டான்.

இரவு எப்பொழுது தூங்கினான் என்பது அவனுக்கேத் தெரியாது. காலையில் கண் விழித்த பின்பும் தலையணைக்கடியில் இருந்து ஆல்பத்தை எடுக்க முடியவில்லை. அம்மாவும் அப்பாவும் ஒருவர் மாற்றி ஒருவர் அங்கு வந்துகொண்டிருந்தார்கள். ஆல்பத்தோடு பாயைச் சுருட்டி அதன் மேல் உட்கார்ந்து கொண்டான்.

காலையில் மீண்டும் அப்பு வந்தான். அப்போதும் ராஜப்பா பாய்மேல்தான் உட்கார்ந்துகொண்டிருந்தான். அப்பு காலையில் நாகராஜன் வீட்டுக்குப் போய்விட்டு வந்திருந்தான்.

"நீ நேற்று அவனுடைய வீட்டுக்குப் போனியோ?" என்று கேட்டான் அப்பு.

ராஜப்பாவுக்கு வயிற்றைக் கலக்கிற்று. ஒரு தினுசாக மண்டையை ஆட்டினான். எப்படி வேண்டுமென்றாலும் அர்த்தம் எடுத்துக்கொள்ளும்படி தலையை அசைத்தான்.

"நாங்க வெளியில் போன பின் நீ மட்டும்தான் அங்கே வந்தாய் என்று காமாட்சி சொன்னாள்" என்றான் அப்பு.

தன்னை சந்தேகப்படுகிறார்கள் என்பது தெரிந்துவிட்டது ராஜப்பாவுக்கு.

“நேற்று ராத்திரியிலிருந்து இதுவரை அழுதுகொண்டே இருக்கிறான் நாகராஜன். அவன் அப்பா போலீஸுக்குச் சொன்னாலும் சொல்லுவார் போலிருக்கிறது” என்றான் அப்பு.

ராஜப்பா பேசாமலிருந்தான்.

“அவன் அப்பாவுக்கு டி.எஸ்.பி ஆபீஸிலெதானே வேலை? அவர் விரலை அசைத்தால் போலீஸ் படையே திரண்டுவிடும்” என்றான் அப்பு. நல்லவேளை, அப்புவைத்தேடி அவன் தம்பி வந்தான். அப்பு சென்றுவிட்டான்.

ராஜப்பாவின் அப்பாவும் காலை உணவை முடித்துக் கொண்டு சைக்கிளில் ஆபீஸ் சென்றுவிட்டார். வாசல் கதவு சாத்தியிருந்தது.

ராஜப்பா படுக்கையிலேயே உட்கார்ந்துகொண்டிருந்தான். அரைமணி நேரமாயிற்று. அப்படியே அசையாமல் உட்கார்ந்திருந் தான்.

அப்பொழுது வாசல் கதவைத் தட்டும் ஓசை கேட்டது.

‘போலீஸ், போலீஸ்’ என்று தனக்குள் சொல்லிக்கொண்டான் ராஜப்பா. வாசல் கதவில் உள்ளே சங்கிலி போட்டிருந்தது.

வாசல் கதவைத் தட்டும் சப்தம் தொடர்ந்து கேட்டது.

ராஜப்பா பாய்க்குள்ளிருந்து ஆல்பத்தை வெளியே எடுத்துக் கொண்டு மாடிக்கு ஓடினான். அங்கே நிற்க முடியவில்லை. அலமாரிக்குப் பின்னால் ஆல்பத்தைத் திணித்தான். சோதனை போட்டால் அகப்பட்டுவிடுமே! ஆல்பத்தை எடுத்து சட்டைக்குள் மறைந்தவாறே கீழே வந்தான்.

அப்பொழுதும் வாசல் தட்டும் ஓசை கேட்டுக்கொண்டிருந்தது.

“யாருடா பாரு. கதவைத் திறவேன்” என்று அம்மா உள்ளேயிருந்து கத்தினள். இன்னும் சில வினாடிகளில் அம்மாவே வந்து திறந்துவிடுவாள்!

ராஜப்பா பின்புறம் ஓடினான். மடமடவென்று ஸ்நான அறைக்குள் சென்று கதவைத் தாளிட்டான். வென்னீர் அடுப்பு தகதகவென்று எரிந்துகொண்டிருந்தது. பட்டென்று ஆல்பத்தை அடுப்பில் போட்டான். ஆல்பம் பற்றி எரிந்தது. அவ்வளவும் மணிமணியான ஸ்டாம்புகள். எங்கும் கிடைக்காத ஸ்டாம்புகள். தன்னையறியாமலே கண்களில் நீர் துளிர்த்துவிட்டது ராஜப்பாவுக்கு.

அப்போது ஸ்நான அறைக்கு வெளியே அம்மாவின் குரல் கேட்டது.

"சட்டென்று குளித்துவிட்டு வாடா. உன்னைத் தேடி நாகராஜன் வந்திருக்கிறான்" என்றாள் அவன் தாயார்.

ராஜப்பா நிக்கரைக் கழற்றி ஸ்நான அறைக் கொடியில் போட்டுவிட்டு ஈரத்துண்டைக் கட்டிக்கொண்டு வெளியே வந்தான். வீட்டிற்குள் வந்து புதுச்சட்டையும் நிக்கரும் போட்டுக் கொண்டு மாடிக்குச் சென்றான். நாகராஜன் நாற்காலியில் உட்கார்ந்திருந்தான். ராஜப்பாவைப் பார்த்ததுமே, "என் ஸ்டாம்பு ஆல்பம் தொலைந்து போய்விட்டதடா" என்று ஈனமான குரலில் சொன்னான். முகத்தில் வருத்தம் தெரிந்தது. அழுது குளித்திருக்கிறான் என்பதையும் கண்கள் சொல்லிற்று.

"எங்கே வைத்தாய்டா?" என்று கேட்டான் ராஜப்பா.

"டிராயரில் பூட்டி வைத்திருந்ததாகத்தான் ஞாபகம். டவுனுக்குச் சென்றுவிட்டுத் திரும்பி வந்து பார்க்கிறபோது காணவில்லை."

நாகராஜன் கண்களிலிருந்து கண்ணீர் வழிந்தது. அவன் ராஜப்பா முகத்தைப் பார்ப்பதற்கு வெட்கப்பட்டு முகத்தை வேறு பக்கம் திருப்பிக்கொண்டான்.

"அழாதேடா, அழாதேடா" என்று தேற்றினான் ராஜப்பா.

ராஜப்பா சமாதானம் சொல்லச் சொல்ல மேலும் மேலும் பெரிதாக அழுதான் நாகராஜன்.

ராஜப்பா சட்டென்று கீழே சென்றான். ஒரு நிமிஷத்திற்குள் நாகராஜன் முன்னால் வந்து நின்றான். அவன் கையில் அவனுடைய ஆல்பம் இருந்தது.

"நாகராஜா, இந்தா என்னுடைய ஆல்பம். இதை நீயே வைத்துக்கொள். உனக்கே உனக்குத்தான்... என்ன அப்படிப் பார்க்கிறாய்? விளையாட்டில்லை. உனக்குத்தான். உனக்கேதான்."

"சும்மா சொல்கிறாய்" என்றான் நாகராஜன்.

"இல்லையடா. உனக்கேத் தருகிறேன். நெஜமாகத்தான். உனக்கே உனக்கு. வைத்துக்கொள்."

ராஜப்பா, தன் ஸ்டாம்பு ஆல்பத்தைக் கொடுத்துவிடுவதா? நடக்கக் கூடியதா? நாகராஜனால் நம்ப முடியவில்லை. ஆனால் ராஜப்பா அதையே திரும்பத் திரும்பச் சொல்லிக்கொண்டிருந்தான். அவனுக்கு குரல் கம்மிவிட்டது.

"எனக்குத் தந்துவிட்டால், உனக்கு?"

"எனக்கு வேண்டாம்."

"ஒரு ஸ்டாம்புகூட வேண்டாமா?"

"ஊஹும்."

"நீ எப்படியடா ஸ்டாம்பே இல்லாமலிருப்பாய்?" என்று கேட்டான் நாகராஜன்.

ராஜப்பா கண்களிலிருந்து கண்ணீர் பெருக்கெடுத்தது.

"ஏண்டா அழுகிறாய்? எனக்கு ஆல்பத்தைத் தர வேண்டாம். நீயே வைத்துக்கொள். நீ எவ்வளவு கஷ்டப்பட்டுச் சேர்த்த ஆல்பம்" என்றான் நாகராஜன்.

"இல்லை, நீ வைத்துக்கொள். உனக்கே இருக்கட்டும். எடுத்துக்கொண்டு வீட்டுக்குப் போய்விடு. போ, போ" என்று ராஜப்பா அழுதுகொண்டே கத்தினான்.

நாகராஜனுக்கு ஒன்றுமே புரியவில்லை. ஆல்பத்தை எடுத்துக்கொண்டு கீழே இறங்கி வந்தான்.

சட்டையைத் தூக்கிக் கண்களைத் துடைத்தபடி பின்னால் இறங்கி வந்தான் ராஜப்பா.

இருவரும் வாசல்படிக்கு வந்துவிட்டார்கள்.

"நீ ஆல்பத்தைக் கொடுத்ததற்கு ரொம்ப தாங்க்ஸ். நான் வீட்டுக்கு போகட்டுமா" என்று படியில் இறங்கினான் நாகராஜன்.

"நாகராஜா" என்று கூப்பிட்டான் ராஜப்பா.

நாகராஜன் திரும்பிப் பார்த்தான்.

"அந்த ஆல்பத்தைக் கொண்டா. இன்னிக்கு ராத்திரி ஒரே ஒரு தடவை பூராவையும் பார்த்துவிட்டு, காலையில் உன் வீட்டில் கொண்டுவந்து தந்துவிடுகிறேன்" என்றான் ராஜப்பா.

"சரி" என்று ஆல்பத்தைக் கொடுத்துவிட்டுப் போனான் நாகராஜன்.

ராஜப்பா மாடிக்குச் சென்று கதவைச் சாத்திக்கொண்டு ஆல்பத்தை நெஞ்சோடு அணைத்தவாறு ஏங்கி ஏங்கி அழுதான்.

சரஸ்வதி, 1958

ஒன்றும் புரியவில்லை

"அக்கா, அழாதே" என்று வண்டிக்குள் பார்த்துச் சொல்லிவிட்டு முன்புறம் திரும்பி கிழட்டுக் காளைகளின் ஓட்டத்தில் மனத்தை லயிக்கவிட்டான் அம்பி. ஓடுகிற சிரமம் தாளாமல் எலும்பெடுத்துப் போன காளைகளின் பின்னுடம்பு இரு பக்கமும் சாய்ந்து அலைக் கழித்தன.

கோச்சுப்பெட்டியில் உட்கார்ந்துகொண்டிருந்த அம்பியின் வலது கால் கீழே தொங்கிக்கொண்டிருந்தது. தேவர் கவனியாத சந்தர்ப்பங்களில் அவனுடைய கால் கட்டைவிரல் மாட்டுக்குப் பலமான குத்துக்களை விட்டவண்ணமிருந்தது. அப்பொழுதெல்லாம் அம்பியுடைய தலை தானாக உயர்ந்து வானத்துக் காட்சிகளைப் 'பராக்' பார்த்துக் கொண்டிருக்கும். வண்டிக்குள் முனகல் கேட்டது.

காற்று வண்டிக்குள்ளோடி வெளியேறிய போதெல்லாம் அதற்கு என்ன மணம்! வெகு சுகமாக இருந்தது அம்பிக்கு. எல்லாம் சந்தோஷப்படும்படி இருப்பதாகவும் அதனால் நிறைய சந்தோஷப்பட வேண்டுமென்றும் அவனுக்குத் தோன்றியது. "நாங்குநேரிக்கு இன்னும் ரெண்டு மைல்" என்று உரக்கத் திடீர் அறிவிப்பு விடுத்தான் அவன். மைல் கல் வண்டியின் முன்னால் வந்து, பின்னால் செல்கிற ஒவ்வொரு சமயத்திலும் அவன் இப்படி அறிவித்துக் கொண்டிருந்தான்.

வண்டிக்குள் விசும்புவது கேட்டு "அக்கா, அழாதே அக்கா" என்றான் அம்பி. 'நாங்குநேரிக்கு ரெண்டு மைல்' என்று சொன்னது பொல் இதையும் சொன்னான் அவன்.

தலையை வண்டிக்குள் திருப்பிப் பார்த்துவிட்டு, 'இஞ்சளே' என்று மாட்டை விரட்டினான் தேவர்.

முன்தினம் அம்பி கற்பனை செய்து பார்த்துக் கொண்டபடி தான் அதுவரை எல்லாம் நடந்துகொண்டிருந்தன.

அவன் சலவை செய்த சட்டைதான் போட்டுக்கொண் டிருந்தான். நிக்கரும் சலவை செய்ததுதான். சட்டை நுனியை நிக்கருக்குள் போகுமட்டும் திணித்துக்கொண்டது அவனுக்குப் புது விஷயம். வெளியூர் செல்கிறபோது ஏதாவது வித்தியாச மாகச் செய்துகொள்ளத் தானே வேண்டும்! இரண்டணா இருந்தது பையில். அவனுக்கே சொந்தமான அணா. அவன் என்ன வேண்டுமென்றாலும் அதைச் செய்துகொள்ளலாம். நாங்குநேரியிலிருந்து அற்புதமான சாமான் ஏதாவது வாங்க வேண்டும். பஸ் ஸ்டாண்டில் அபூர்வமாக ஏதாவது ஒன்று இருக்க வேண்டும். வேண்டுமென்றால் புதுசாக ஒரு பிளேடு வாங்கிக் கொள்ளலாம். பென்ஸிலைக் 'கிறிச் கிறிச்'சென்று சீவுகிறபோது வெகு சுகமாக இருக்கும். எல்லாம் ரொம்ப ஜோர்தான். காளை மாட்டை இப்படி அடிக்கொரு தரம் குத்த முடியுமென்று அவன் கற்பனையிலும் எண்ணவில்லை. இருந்தாலும் இந்த அக்கா இப்படி அழுகிறாளே. சி, என்ன இது ... பாவம் அக்கா ... என்ன செய்வாள்? அம்மா, சச்சு, செல்லம்மா மாமி, லக்ஷ்மி, பிரண்ட்ஸுகள் லலிதா, சீதைக்குட்டி, வெள்ளைப் பாப்பா எல்லோரையும் ஒரே நாளில் 'கட்' பண்ணிக்கொண்டு புறப்படவேண்டுமென்றால் கஷ்டமாகத்தானே இருக்கும். கொஞ்சநேரம் அழுதுவிட்டு அப்புறம் அவள் பாட்டுக்கு அழாமல் இருந்துவிடுவாள். எல்லாம் சரியாகி விடும். எல்லாம் சரியாகிறபொழுது ஒரே சந்தோஷமாக இருக்கும் ...

இடதுபுறம் ஒரு தடவை கண்ணோட்டமிட்டுவிட்டுப் பட்டென்று காளையைக் குத்தினான் அம்பி. வானம் அவனுடைய கண்களுக்கு ஒரே வெள்ளையாகத்தான் தெரிந்தது.

தனக்குத்தானே சிரித்தபடியிருந்தான் அம்பி. அவனுடைய பார்வை எதிலும் தீர்க்கமாகக் கவியவில்லை. கணத்துக்குக் கணம் அவனுடைய தலை அசைந்து கொண்டிருந்தது.

சிறிதுதூரம் செல்வதற்குள்ளாகவே அம்பி மீண்டும் வண்டிக்குள் திரும்பி, "என்ன அக்கா இது!" என்றான்.

"எதுக்கம்மா அழுறீங்க? போயி மூணே மூணு நாளு இருந்துப் போட்டு வரப்போறீங்க. கூட அம்பியும் இருக்கப் போறாரு. இல்லெ. அவசரம்னு சொன்னா தெக்கே வர காரிலே அம்மா ஒரு நொடியிலே வந்துட்டுப் போறாங்க. களக்காட்டுக்கும் நாங்குநேரிக்கும் தொலையாத தூரமா? சத்தம் போட்டுக் கூப்பிட்டாக் கேக்குமே" என்றான் தேவர்.

தேவர் இப்படிச் சொன்னது அம்பிக்கு மிகவும் பிடித்தது. 'அம்பியும்கூட இருக்கப்போகிறார்' என்றானே அவன்!

உலக நியதி ஒன்றைக் கூறும் மனோபாவத்திலும் முக பாவத்திலும் தேவர் சொன்னான்:

"என்னதான் பெண் கொளந்தைகளை ஆசையா அருமையா வளர்த்தினாலும் ஒருநா இல்லாட்டா ஒருநா வெளியிலே போன்னு பிடிச்சுத் தள்ளத்தானே வேண்டியிருக்குது. என்ன செய்யும் பாவங்கள்!"

சிமெண்டுத் திண்ணையில் தேங்கி நிற்கும் தண்ணீரை விரலால் இழுத்துவிட்டால் படியில் வழிவது மாதிரி தேவரின் சொற்கள் பங்கஜத்தின் மனத்தில் விம்மிக்கொண்டிருந்த துன்பத்தை வெளியே பாயவிட்டன.

அம்பிக்குக் கோச்சுப் பெட்டியில் உட்கார்ந்துகொண்டிருக்க முடியவில்லை. அவனது முகம் வண்டிக்குள் பார்த்து வெறித்தது.

பங்கஜம் கால்களைக் கைகளால் கட்டிக்கொண்டு முகத்தைக் கால் முட்டுக்களில் புதைத்துக்கொண்டிருந்தாள். முதுகு அதிர்ந்து கொண்டிருந்தது.

அம்பியின் கண்களிலிருந்து காளையும், ரோடும், மைல் கற்களும் மறைந்தன. ஆஹா, பிரயாணம் என்ற உணர்வும் மறைந்து போய்விட்டது.

அவன் பின்புறம் திரும்பி இரு கைகளையும் கீழே ஊன்றியபடி நார்ப்பெட்டி, பெரிய சம்புடம், டிரங்குப்பெட்டி, காய்கறிக்கூடை என்று எல்லாவற்றையும் தாண்டி அக்காளின் பாதத்தை ஒட்டி வந்து ஒடுங்கிக்கொண்டான். அக்காளைப் பார்க்கும்போதே அவனுக்கும் உள்ளூற அழுகை வந்துகொண்டிருந்தது. அவளைப் பார்ப்பதைத் தவிர வேறு எதுவும் அவனால் செய்யமுடியவில்லை.

மாமா அளித்த புடவைதான் பங்கஜம் கட்டிக்கொண்டிருந்தாள். பட்டு ஜம்பரும் மாமா கொடுத்ததுதான். கோடிப் புடவையின் மணமும் மொரமொரப்பும் இதமாக இருந்தன. அக்காளுக்குப் பட்டுப்புடவையும் பட்டு ஜம்பரும் கொடுத்த மாமா அவனுக்குப் பட்டு வேஷ்டி கொடுத்தார். குடுமி வைத்துக் கொள்ளாமல் தப்பித்துக் கொண்டதுகூட மாமா தயவால்தான்.

அம்பி அக்காளின் கழுத்தைப் பார்த்தான். பிடரியில் மஞ்சள் கயிறு தெரிந்தது. கழுத்தெல்லாங்கூட ஒரே மஞ்சளாக இருந்தது. தலை வகிட்டில் வைத்திருந்த பொட்டுக்கும் நெற்றிப் பொட்டுக்கும் மத்தியில் அம்மா பாம்பு விரலால் குங்குமத்தைப் பதித்திருந்தாள். ஏற்கனவே வைத்துக்கொண்டிருந்த பூவுக்கு மேல் அம்மா சூடிய

கட்டுப்பூ பொதியாய்ச் சுமந்து தனியாய்த் தெரிந்தது. காலில் நலுங்கு மஞ்சள் அழிந்துவிடவில்லை. தவிட்டு மஞ்சள் நிறம் பூண்டு அற்புதமான காலணி போல் பாதத்தோடு இழைந்திருந்தது.

அம்மா படித்துப்படித்துச் சொல்லிய பின்பும் அக்கா ஏன் முகத்தைக் கவிழ்த்தபடி இருக்கிறாள்?

"பங்கஜம்! அழாதே. விளக்கேற்றப் போகிறாய். அழாதே. எல்லோரையும் நமஸ்காரம் பண்ணிவிட்டு வண்டியில் வந்து ஏறிக்கொள். நாழியாகிறது" என்றாள் அம்மா.

அக்கா ஆள் ஆளாய் நமஸ்காரம் பண்ணிக்கொண்டே வந்தாள்.

"நீ எதற்குடா நமஸ்காரம் பண்ணுகிறாய்? நீயும் அங்கே மாட்டுப் பெண்ணாக இருக்கப்போகிறாயா என்ன?" என்று கேலி செய்தாள் செல்லம்மாள்.

அம்பிக்கு ஒரே வெட்கமாய்ப் போய்விட்டது.

"பங்கஜம், கண்ணைத் துடைத்துக்கொள். அழுது கொண்டே செய்ய வேண்டிய காரியமல்ல இது" என்று கண்டிப்பான குரலில் சொன்னாள் அம்மா.

அங்கு கூடியிருந்த மாமிகள் எல்லோரும் தாங்கள் வெளியேறிய அந்த நாட்களில் அழுததைப் பற்றிச் சிரித்துப் பேசிக்கொண்டனர்.

"இந்தாடா அம்பி, சம்பந்தி அம்மாளிடம் சொல்லு. வெள்ளிக் கிழமை சுமங்கலிப் பிரார்த்தனையாம். அதற்கு அக்காளைக் கூட அனுப்பணுமாம். பின்னால் நல்ல நாள் பார்த்துக்கொண்டு விடுகிறேன் என்று சொல்லு, தெரிந்ததா?"

"சரி, அம்மா."

"வியாழக்கிழமை தேவரை வண்டியுடன் அனுப்பி வைக்கிறேன், என்ன?"

"சரி, அம்மா."

வாசல் திண்ணைக்கு வராமல் வீட்டுக்குள்ளிருந்து வழியனுப்பி வைத்தாள் அம்மா.

அப்பொழுதெல்லாம் வண்டியில் பிரயாணம் செய்யப் போகிறோம் என்ற எண்ணமே அம்பியின் மனத்தில் நிறைந்திருந்தது.

ஆனால் இப்போது அவன் சற்றும் எதிர்பாராத காரிய மல்லவா நடந்துகொண்டிருக்கிறது! அக்காளைக் கூட்டிக் கொண்டு போவதில் இப்படி ஒரு சூழ்நிலை உருவாகும் என்று சற்றும் எதிர்பார்க்கவில்லையே! எல்லோரையும் போல்

அவனுக்கும் அப்பா இருந்திருந்தால் அவனுக்கு ஏன் இந்தக் கவலை?

"அக்கா!" என்று கூப்பிட்டான் அம்பி. பங்கஜம் தலை தூக்கவில்லை.

"நீ அழுதால் நானும் அழுவேன்" என்று சொல்லிக்கொண்டே முகத்தை மூடியிருந்த அவளுடைய விரல்களைப் பலவந்தமாக அகற்ற முயன்றான்.

அவள் அவனுடைய கையை வெடுக்கென்று தள்ளினாள்.

அம்பியும் அழ ஆரம்பித்தான். அழுதுகொண்டே, "அக்கா நானும் அழுகிறேன்" என்றான்.

பங்கஜம் தலையை உயர்த்திப் புறங்கையால் கண்களைத் துடைத்துவிட்டு அவனைத் தன்னோடு இழுத்து அணைத்துக் கொண்டாள்.

"அம்பி அழாதேடா, நான் அழலை... இதோ என்னைப் பாரு, சிரிக்கிறேன்... அழலை..." என்றாள் பங்கஜம்.

காலையில் கண்ணை விழித்துப் பார்த்தபோது பக்கத்தில் அத்திம்பேரைக் காணவில்லை.

முன்தினம் இரவு அவர்தான் அவனுக்குப் படுக்கை போட்டுக் கொடுத்தார்.

"நீரும் என் பக்கத்திலே படுத்துக்கும் ஓய்" என்றான் அம்பி.

பன்மையில் தன்னை அழைத்துக் கேட்பது மணிக்கு அதுதான் முதல் தடவை. சிரிப்பாக இருந்தது அவனுக்கு. விளையாட்டாகவும் வெட்கமாகவும் இருந்தது.

மணி அம்பியின் பக்கத்தில் படுத்துக்கொண்டான்.

"ஒரு கதை சொல்லும் ஓய்" என்றான் அம்பி.

மணி, 'ஹவுண்ட் ஆப் தி பாஸ்கர்வில்' கதையைச் சொல்ல ஆரம்பித்தான். கதையில் வேட்டைநாய் வருவது அம்பிக்கு ருசிக்கும் என்ற எண்ணம். கதையில் வேட்டைநாய் வருவதற்கு முந்தியே அம்பி தூங்கிவிட்டான்.

அம்பி படுக்கையைச் சுருட்டி வைத்துவிட்டு அதன்மீது உட்கார்ந்துகொண்டான். அவனுக்கு இடது பக்கம் வாசல். வாசலுக்கு இடது பக்கம் மாடிப்படி.

சம்பந்தி அம்மாள் வந்து வாசற்படியை ஒட்டி நின்றுகொண்டு மாடிப்படியின் மேலே பார்த்து, "மணி, காப்பி போட்டாச்சு" என்று கத்திவிட்டுச் சென்றாள்.

பிரசாதம்

அம்பி மாடிக்குச் சென்றான்.

அழகான கட்டிலில், புத்தம் புதிய வெல்வெட் மெத்தையில் அத்திம்பேர் கவிழ்ந்து படுத்துக்கொண்டிருந்தார்.

அவன் அடுத்த அறைக்குச் சென்றான். அங்கிருந்தும் கீழே செல்ல ஓர் ஏணிப்படி இருந்தது அவனுக்கு மிகவும் பிடித்தது. அந்த ஏணிப்படியின் முதல் படியில் இறங்கிக் குனிந்து நின்றுகொண்டு கால் முட்டுக்களின் இடைவழியாகக் கீழே பார்த்தான். அடுக்களை வாசலில் சம்பந்தி அம்மாள் கறிகாய் நறுக்கிக் கொண்டிருப்பது தெரிந்தது. சம்பந்தி அம்மாள் கொலுவில் வைத்த பொம்மை மாதிரி அமுங்கிப்போய் இருந்தாள். வெகு ரசமாய் இருந்தது.

அம்பி திரும்பவும் கட்டிலின் அருகே வந்து டீபாயில் இலேசாக உட்கார்ந்துகொண்டான்.

மணி எழுந்திருந்து மெத்தையைச் சுருட்டப்போனான்.

"மெத்தையில் குட்டிக்கரணம் போட்டால் வலிக்காது" என்றான் அம்பி, மெத்தையைப் பார்த்துக்கொண்டே.

"போடு, பார்ப்போம்" என்றான் மணி. அம்பி தயங்குவதைப் பார்த்து, "சும்மா போடு. நான் கூட சின்ன வயசில் ஜோராய்ப் பொடுவேன்" என்றான்.

மெத்தையில் ஒரு கரணம் அடித்துக் கீழே துள்ளிக் குதித்தான் அம்பி.

"சபாஷ்!" என்றான் மணி.

மணி ஏணிப்படியில் இறங்கினான்.

"நான் அப்படி வருகிறேன்" என்று சொல்லிக்கொண்டே அடுத்த அறைக்கு ஓடினான் அம்பி.

அம்பி சம்பந்தி அம்மாளின் பின்னால் வந்து இறங்கினான். சம்பந்தி அம்மாள் கீரை ஆய்ந்துகொண்டிருந்தாள். பின்னாலிருந்து அழகு காட்டிவிட்டு அம்பி அடுக்களைக்குள் எட்டிப் பார்த்தான்.

பங்கஜத்தைக் காணவில்லை.

அக்கா எங்கே? இன்னுமா தூங்கி எழுந்திருக்கவில்லை?

அம்பி கிணற்றடிக்கு வந்தான். ஸ்நான அறைக்குள்ளிருந்து கருமேகங்கள் வெளியாகிக்கொண்டிருந்தன. அம்பி ஸ்நான அறையின் வாசல் முன் வந்தான்.

என்ன ஆச்சரியம்!

பங்கஜம் வெந்நீர் போட்டுக்கொண்டிருந்தாள். குளிகூட ஆகிவிட்டது. ஈரத்தலை, நெரிசலின்றிப் பதிந்து கீழிறங்கி யிருந்தது. நுனியில் நாடா முடிச்சு. கோடிப்புடவை மொர மொரவென்றிருந்தது.

ஐந்து மணிக்கே எழுந்து குளித்துவிட்டாளா?

அம்பி வந்தது பங்கஜத்துக்குத் தெரியாது. அவள் அடிக்கடி தனக்குத்தானே சிரித்துக்கொண்டிருந்தாள். முகத்தில் 'குப் குப்' என்று சிரிப்பு வந்து வந்து மறைந்து கொண்டிருந்தது.

தனியே சிரித்துக்கொள்கிறாளே!

"ஸிஸ்டர்!" என்று கூப்பிட்டான் அம்பி.

தூக்கிவாரிப்போடத் திரும்பிப் பார்த்தாள் பங்கஜம்.

"தனியே சிரிச்சுக்கறியோ?" என்று கேட்டான் அம்பி.

"யாரு தனியே சிரிக்கறா?"

"நீதான். நேத்து வண்டியிலே வறச்செ ரொம்பச் சமர்த்தா இருந்தோமேன்னு சிரிக்கறயோ?"

"போடா!"

பல தடவைகள் ஊதிப் பார்த்தும் அடுப்புப் பற்றுவதாக இல்லை, புறங்கையால் கண்ணைத் தேய்த்துக்கொண்டு மீண்டும் குனிந்து ஊதினாள் பங்கஜம். ஊஹும்.

அம்பி அடுப்பண்டையில் வந்து குத்தியிட்டு உட்கார்ந்து கொண்டான்.

"விறகு ஈரமாயிருக்கே" என்றான்.

"அதொண்ணுமில்லை" என்றாள் பங்கஜம்.

"இல்லையா? யாரு சொன்னா? இதோ பாரு" என்று சொல்லியவாறு ஒரு விறகுத் துண்டை எடுத்து அவள் முன்னால் நீட்டினான் அவன்.

"சரி சரி. தள்ளிப் போ."

"ஈர விறகை வச்சு வெந்நீர் போடச் சொல்லுவாளோ?" என்று கேட்டான் அம்பி. அவனுக்குக் கெட்ட கோபம் வந்துவிட்டது.

"வாயை மூடிக்கொண்டு இரு" என்றாள் பங்கஜம்.

"இல்லெ கேக்கறேன். ஈரவிறகை வச்சுதான் வெந்நீர் போடச் சொல்வாளோ?" என்று சற்று உரக்கக் கேட்டான் அம்பி.

பங்கஜம் அவன் வாயைப் பொத்தினாள்.

"சரி சரி. நான் போட்டுக்கறேன். நீ போ" என்றாள் அவள். "அந்த அம்மாளுக்குப் போட என்ன கொள்ளையாம்?"

"இந்தப் பாரு அம்பி, அடி விழும்" என்று ஓமக்குழலை அவன் தலைக்குமேல் தூக்கினாள் அவள்.

"சரி, நான் போடறேன்."

அம்பி, பங்கஜம் கையிலிருந்து ஓமக்குழலைப் பிடுங்கி, கன்னத்தை முடிந்த மட்டும் உப்ப வைத்துக்கொண்டு 'பூ'வென்று ஊதினான்.

பக்கென்று பிடித்துக்கொண்டது அடுப்பு,

"தெரிஞ்சுதாம்மா? இப்படித்தான் அடுப்புப் பத்த வைக்கணும்."

"மகா கெட்டிக்காரன்தான் போ."

"பல் தேய்ச்சுட்டு வரேன். நீதான் காப்பி தரணும்" என்றான் அம்பி.

"அம்மா தருவா."

"அதாரு அம்மா?"

"அவர்தான்."

"எவர்?"

"அவர் அம்மா."

"எவர் அம்மா?"

"தடியா தடியா" என்று கத்தினாள் பங்கஜம்.

மணி அங்கே வந்தான்.

அவனைப் பார்த்துச் சிரித்தவாறு உள்ளே சென்றாள் பங்கஜம்.

மறுநாள் மத்தியானம் வெளியே தோதாத்திரியுடன் விளையாடிக்கொண்டிருந்த அம்பி உள்ளே வந்து பார்த்தபோது அக்காவையும் காணவில்லை அத்திம்பேரையும் காணவில்லை. கூடத்தில் மரக் கட்டையைத் தலைக்கு வைத்தபடி சம்பந்தி அம்மாள் பூனைத் தூக்கம் போட்டுக்கொண்டிருந்தாள்.

"மாமி! அத்திம்பேர் எங்கே?" என்று கேட்டான் அம்பி.

மாமி தலையைத் திருப்பிப் பார்த்துவிட்டுப் பதில் பேசாமல் இருந்தாள்.

"மாமி! எங்க அக்கா எங்கே?"

"போய் விளையாடிண்டிரு. உங்க அக்காவை யாரும் முழுங்கிட மாட்டா."

முகத்தை வலித்துக்கொண்டே அம்பி வாசல் திண்ணைக்கு வந்து பனிப்படியில் காலை வைத்ததும், "அம்பி, வாடா ஒரு விஷயம்" சாறு பின்னாலிருந்து தோதாத்திரி கூப்பிட்டான்.

அம்பி அவன் பின்னால் சென்றான். தோதாத்திரியோடு கிராமத்தை இரண்டு தடவை சுற்றி அலைந்தான். கோவிலில்

மணி அடித்ததும் அவனும் நெற்றியில் நாமம் கிழித்துக்கொண்டு திருக்கண்ணமுது வாங்கி உண்டான்.

ஏழு மணிக்கெல்லாம் அவன் வீட்டுக்குள் நுழைகிறபோது அத்திம் பேர் வெளியே சென்றுவிட்டிருந்தார். அக்கா தோசைக்கு அரைத்துக் கொண்டிருந்தாள். 'இந்த அக்காளிடம் ஒரு நிமிஷம் பேசவேண்டும் என்றால் கூட முடியாது. சதா சமயம் ஏதாவது செய்துகொண்டேயிருக்கிறாள்' என்று மனத்தில் சொல்லிக் கொண்டான் அம்பி.

மறுநாள் மாலையில்தான் மீண்டும் அக்காளோடு இரண்டொரு வார்த்தைகள் பேசமுடிந்தது.

பங்கஜம் தண்ணீர் இறைத்துக்கொண்டிருந்தாள்.

"அக்கா, உன்னைப் பார்க்கவே முடியவில்லையே!" என்றான் அம்பி.

"இங்கேதானே இருக்கிறேன்" என்றாள் பங்கஜம். குடத்தைத் தூக்கி அண்டாவில் கவிழ்த்தாள்.

"எதுக்குத் தண்ணீர் இழுக்கறே?"

"புடவை துவைக்க."

"யாரோட புடவை?"

"அவர் அம்மாவோடது."

"நீதான் துவைக்கணுமோ?"

பங்கஜம் ஒன்றும் பதில் சொல்லாமல் சிரித்தாள்.

என்ன சிரிப்பு வேண்டியிருக்கிறது!

அம்பிக்கு ஒன்றும் புரியவில்லை. எல்லா வேலைகளையும் அக்காதான் செய்யவேண்டுமோ!

அண்டாவில் கையை முக்கி ஈரக் கையை அவளை நோக்கி உதறிவிட்டுச் சென்றான்.

அம்பி வாசலுக்கு வந்தான். அழித்திண்ணையில் விளக்கு இல்லை. சுருட்டி வைத்திருந்த பாயில் தலையை வைத்து ஏணிப்படி அருகில் படுத்துக்கொண்டான். அவனுக்கு ஒன்றுமே பிடிக்க வில்லை. அந்த நிமிஷத்திலேயே அந்த இடத்தை விட்டுத் தப்பிச் சென்றுவிட வேண்டுமென்று இருந்தது.

அக்காளுடன் ஒரு நிமிஷம் பேசமுடியாதபடி அவளுக்கு வேலை. எல்லா வேலையும் அவள் தலையில்தான். வீட்டில் அக்கா தண்ணீர் இறைத்து அவன் பார்த்ததில்லை. புடவை துவைத்தும் அவன் பார்த்ததில்லை. 'இப்போதிருந்தே அவள் காரியம் செய்து உடம்பைக் கெடுத்துக்கொள்ளணுமா?' என்பாள்

பிரசாதம்

அம்மா. இங்கே எடுத்ததற்கு எல்லாம் அக்காதான். 'பங்கஜம், சோத்தை வடிச்சயோ?' 'பங்கஜம், கறிக்கு நறுக்கினயோ?' 'பங்கஜம், பெருக்கித்தள்ள வேண்டாமோ?' என்ன மாமி இது? எல்லா வேலைகளையும் எங்க அக்காதான் செய்ய வேண்டுமோ? நீங்கள் மட்டும் காலை நீட்டி வம்பளந்து கொண்டிருப்பீர்களாக்கும்!

அக்கா அழுததில் தப்பில்லை.

அம்மாவையும், தங்கையையும், பக்கத்துவீட்டு மாமிகளையும், அருமைத் தோழிகளையும் பிரிகிறோம் என்பதற்காக மட்டும்தான் அக்கா அழுதாள் என்றல்லவா அவன் எண்ணிக்கொண்டிருந்தான்.

'இப்படி வந்து அகப்பட்டுக்கொண்டு இடுப்பு முறிய வேலை செய்ய நேரும் என்பது தெரிந்தால் யார்தான் அழமாட்டார்கள்? நான்கூட அழுவேன்' என்று சொல்லிக்கொண்டான் அம்பி.

பாவம், அக்கா!

ஆயிற்று. நாளைக்கு 'ஜம்'மென்று தேவர் வந்துவிடுவான் வண்டியுடன். அக்காவைக் கூட்டிக்கொண்டு ஓடியே போய் விடலாம். தொல்லை தீர்ந்தது. வீட்டுக்குச்சென்று 'ஹாயா' இருக்கலாம் அக்காளுக்கு, நடுக்கூடத்தில் படுத்துக்கொண்டு ஆனந்தமாகத் தொடர்கதை பைண்டு புத்தகத்தைப் படிக்கலாம். வெள்ளைப் பாப்பாவுடன் குஷியாகப் பல்லாங்குழி ஆடலாம்.

இனிமேல் உங்களால் என்ன செய்யமுடியும், மாமி? நீங்கள்தான் இரைக்க இரைக்கத் தண்ணீர் இழுத்துக்கொள்ள வேண்டும், குனிந்து குனிந்து பெருக்கவேண்டும். கண்களைக் கசக்கிக்கொண்டு ஈரவிறகால் அடுப்பை எரியவிட்டுக் கொண்டிருங்கள். நாங்கள் போகிறோம். குட் பை!

"களக்காட்டுக்கு இன்னும் மூணுமைல்" என்று அறிவித்தான் அம்பி.

அவனது சந்தோஷத்துக்கு இப்போது என்ன தடை? அவனுக்கும் சந்தோஷம். அவனுடைய அக்காளுக்கும் சந்தோஷம். எல்லாம் ஒரே சந்தோஷமயம்தான். இன்னும் ஒரு மணிநேரம் ஆகும் களக்காடு போய்ச் சேர. அந்த ஒரு மணி நேரத்தையும் முடிந்த மட்டும் அனுபவித்துவிட வேண்டும்.

கிழட்டுக் காளைகள் கிழட்டோட்டம் ஓடிக்கொண்டிருந்தன.

திருப்பங்களில் தேவரின் விரல்கள் அசைவது மூலம் எப்படிக் காளைகளுக்குச் செய்தி எட்டுகின்றது என்ற ஆராய்ச்சியில் ஈடுபட்டிருந்தான் அம்பி. முந்திய திருப்பத்தில் கவனித்தபோது தேவர் எதுவுமே செய்ததாகத் தெரியவில்லை. இருந்தும் காளைகள் திரும்பத்தான் செய்தன. காளைகளுக்குக் கண் இல்லையா? தேவரைப் போல் அவைகளுக்கும் கண் உண்டே? இருந்தாலும்

அதில் என்ன ரகசியம்? அடுத்த திருப்பத்தை எதிர்பார்த்துக் கொண்டிருந்தான் அம்பி.

காளையை ஒரு தடவை காலால் குத்திவிட்டு வண்டிக்குள் திரும்பிப் பார்த்தான் அம்பி.

பங்கஜம் வண்டிக்கு வெளியே பார்த்துக்கொண்டிருந்தாள், அவளுடைய கன்னத்தில் கண்ணீர் வழிந்தபடி இருந்தது. இப்பொழுது எதற்கு அழுகிறாள்?

அம்பி அசந்து போனான்.

அவன் பின்புறம் திரும்பித் தவழ்ந்தவாறே அவள் முன்னால் வந்தான்.

"அக்கா, ஏன் அழறே?"

பங்கஜம் சட்டென்று புடவைத் தலைப்பால் முகத்தைத் துடைத்துக்கொண்டாள்.

"இப்பொ எதுக்கு அக்கா அழறே?"

"அழலியே."

"அழுதாய், நான் பார்த்தேன்."

"சத்தம் போடாதே" என்று சொல்லிக்கொண்டே தேவரின் முதுகைச் சுட்டிக் காட்டினாள் பங்கஜம்.

"இப்பொ மட்டும் தேவருக்குத் தெரியப்படாதோ?"

"இல்லை, நான் அழலை."

"சொல்லு அக்கா, எதற்கு அழுதெ? இனிமேல் நீ ஹாய்யாக இருக்கலாமே. தோசைக்கு அரைக்க வேண்டாம். தண்ணி இறைக்க வேண்டாம்."

பங்கஜம் பேசாமல் வானவெளியைப் பார்த்துக் கொண்டிருந்தாள்.

"பின்னே ஏன் அழுதே சொல்லு. நான் யார்கிட்டேயும் சொல்லமாட்டேன், அக்கா!" என்று சொல்லிக்கொண்டே அவளுடைய கரங்களைப் பற்றி இழுத்தான் அம்பி.

பங்கஜம் அம்பியைத் தனது உடம்போடு சேர்த்து அணைத்தவாறு அவனது காதருகில் குனிந்து, "அம்பி, நீ சின்னக் குழந்தையடா இப்பொ சொன்னால் உனக்குத் தெரியாது. பெரியவன் ஆனதும் உனக்கே தெரியும்" என்றாள்.

அம்பிக்கு ஒன்றும் புரியவில்லை.

***கல்கி* தீபாவளி மலர், 1960**

வாழ்வும் வசந்தமும்

அந்த பேங்குக் கட்டிடத்தின் வலது பக்கம் தார் ரோடு. தார் ரோட்டிலிருந்து ஒரு பாதை பிரிந்து இந்தக் கட்டிடத்தின் பின்புறம் வழியாகச் செல்கிறது. அகலம் குறைந்த பாதை. கட்டிடத்தின் வலது பக்கத்து அறையிலிருந்து பார்த்தால் தார் ரோடு மேற்கே செல்வது ஒரு பர்லாங் தூரத்துக்குத் தெரியும். பின்புறம் பாதை அரை பர்லாங் கூடத் தெரியாது.

அந்த அறையில் வேலை பார்க்கும் குமாஸ்தாக்கள் ஐந்து பேர். இதில் நான்கு பேர் பிரம்மச்சாரிகள்.

வெங்கடராமனுக்குக் கல்யாணம் முடிந்த இந்த நான்கு வருஷங்களில் இரண்டு குழந்தைகள் பிறந்து மூத்தது தவறிப்போய்க் கைக்குழந்தை மட்டும் தான் இருந்தது. இப்போது மனைவிக்கு ஏழுமாசம். அவளுக்கு உடம்புக்கு ஏதாவது வந்துகொண்டே இருக்கும். ஒன்று குணமானால் மற்றொன்று. வெங்கடராமன் வாயைத் திறந்தால் மனைவியின் சுகவீனத்தைப் பற்றித்தான் சொல்லுவான். அவன் தனது மனைவியைப் பற்றி நண்பர்களிடம் பேசுகிறபோதெல்லாம், ராஜாமணிக்குக் கூச்சமாகவும் வெட்கமாகவும் இருக்கும். மென்மையான மனசு இல்லாத குறையாக இதை எடுத்துக்கொண்டான். இதே மாதிரி, வெங்கடராமன் பொடி போட்டுக் கொள்வதிலும் ராஜா மணிக்கு அசாத்திய வெறுப்பு. கல்யாணமான பின்பும் பொடி போட்டுக் கொள்கிறவன் மனைவியின் கழுத்தைத் திருகிக் கொல்லவும் கூசமாட்டான் என்று எண்ணுவான். வெங்கடராமனைத் தன் மனசில் நன்றாக மட்டம் தட்டித்தான் வைத்திருந்தான். அவனைப் பற்றி

நினைக்கிறபொழுதெல்லாம் 'தாத்தா' என்றுதான் நினைப்பான். இன்னும் முப்பத்தைந்து வயதாகாத தாத்தா.

ராஜாமணிக்குப் பத்தொன்பது வயதுகூட ஆகவில்லை. எஸ்.எஸ்.எல்.சி.யை முடித்துக்கொண்டு அவன் 'புக் கீப்பிங்' படித்தான். பதினெட்டு வயதில் வேலை கிடைத்துவிட்டது. ஆனால் அவனைப் பார்த்தால் பதினாறு வயதுகூட மதிக்க முடியாது. வயதுக்குத் தக்க உயரம் இல்லை. முகத்தில் குழந்தைத் தனம் நிறைய இருந்தது. சவரம் செய்துகொள்ள வேண்டிய அவசியங்கூட இன்னும் அவனுக்கு ஏற்பட்டுவிடவில்லை. வெண்மையான முகத்தில் கருமை தட்டாத பூனை மயிர் மீசை பளிச்சென்று தெரியும். முதலில் பார்க்கிறவர்கள் அவனது கன்னத்தில் தெளிவாகத் தெரியும் பச்சை நரம்புகளைக் கூர்ந்து கவனிப்பார்கள். உதடு நல்ல ரோஸ் நிறம். எடுப்பான தோற்றத்துடன் அந்த அறைக்குள் யாராவது நுழைகிறபோதெல்லாம் மேல்வரிசைப் பற்களால் கீழ் உதட்டை இரண்டு தடவை உரசி எடுத்துவிட்டானென்றால் பவழச் சிவப்பாகிவிடும் அது. அவனுடைய அழகை அவன் ரசிப்பது போலவே பிறரும் ரசிக்கிறார்கள் என்பதில் அவனுக்குச் சந்தேகமே இல்லை. காதுகள் இரண்டும் சற்று முன்புறம் ஏந்தினார்போல் வளைந்திருப்பது அவனுக்கு ஒரு குறை. ஆனால் அது அறிவின் தீட்சண்யத்தைக் காட்டுகிறது என்று சொல்லிக் கேட்கிறபோதெல்லாம் அவனுக்கு மிகுந்த திருப்தி ஏற்படும். பின்னால் ஜொலிக்கப் போகிறவர்களிடம் முன்னாலேயே குறிப்பிட்டுச் சொல்லும்படி ஒரு அங்க லட்சணம் இருக்கத்தானே செய்யும்!

ஒரு ஆள் உயரம் கொண்ட நாற்காலியில் அமர்ந்து ஒரு மேஜை அளவு அகலம் கொண்ட பேரேட்டில் பாதி உடம்பு விழுந்து கிடக்கும்படி அவன் கணக்கு எழுதுவதைப் பார்த்தால், 'போடா கண்ணு, போய் கிட்டிப்புள் விளையாடு' என்று சொல்லவேண்டும் போல் இருக்கும்.

பேங்கில் அன்றாடம் பட்டுவாடா முடிய மூன்று மணி ஆனதும் பியூன் அருணாசலம் இரும்புக் கதவை இழுத்துச் சாத்தி விடுவான். பணத்தை எண்ணித் திட்டப்படுத்த கூட ஒரு மணி நேரம் ஆகும். பணம் இரும்புப் பெட்டிக்குள் அடைபட்டதும் ஏஜண்டும் காஷியரும் வீட்டுக்குப் போய்விடுவார்கள். கணக்கு வழக்குகள் முடிய அவர்கள் போன பின்பும் ஒரு மணி ஒன்றரை மணி நேரம் ஆகும் – ஒழுங்காக வேலையைக் கவனித்தால்.

ஆனால், ஏஜண்டின் தலை மறைய வேண்டியதுதான் தாமதம், கவுண்டரில் பேச்சும் சிரிப்பும் கும்மாளமும் அல்லோல கல்லோலப்படும். சில சமயம் சூடான விவாதங்களும் நடை பெறும். கிருஷ்ணமூர்த்திக்கு பகவான் கொடுத்தது கீச்சுக்குரல்

பிரசாதம் ❋ 75 ❋

தான் என்றாலும் அதை வைத்துக்கொண்டே 'ஓ' என்று அலறுவதில் சமர்த்தன். கவுண்ட்டரில் தட்டி அவ்வளவு பெரிய சத்தத்தை எழுப்பவும் வேறு யாராலும் முடியாது. இதனால் விவாதங்களில் அநேகமாக அவன்தான் வெற்றி பெறுவான். வீரகுமாருக்கு அஹிம்சையில் நம்பிக்கை கிடையாது. பேச்சிலும் அவன் நம்பிக்கை வைக்கிறவன் அல்ல. அதனால் அவனுக்கும் நாகராஜனுக்கும் கைகலப்புக்கூட ஏற்படுவதுண்டு. அது உண்மையான கைகலப்பு ஆகிவிடக்கூடாது என்ற பயத்தில் அதில் சம்பந்தப்பட்டவர்களும் சம்பந்தப்படாதவர்களும் 'ஈ' என்று இளித்துக்கொண்டே இருப்பார்கள். சமாதானம் ஏற்பட இது ஒன்றுதான் வழி என்பது அவர்களுக்குத் தெரியும். இந்த மாதிரி சந்தர்ப்பங்கள் வாய்த்து விட்டால் ராஜாமணிக்குக் கன குஷி கிளம்பிவிடும். நாற்காலியில் உட்கார்ந்தவாறே இரண்டு கட்சியையும் பாரபட்சம் இல்லாமல் உற்சாகப்படுத்துவான். வெங்கட ராமன் மட்டும், "என்னடா இது! அடங்கி உட்கார்ந்து வேலையைப் பார்க்கிறேளா, போலீஸுக்குப் போன் பண்ணட்டுமா!" என்று கத்துவான். 'தாத்தா புறப்பட்டாச்சு' என்று மனசுக்குள் சொல்லிக்கொள்வான் ராஜாமணி.

அந்த அறைக்குப் பின்புறம் ஒரு சிறு முற்றம். ஒரு தேர்க்கோலம் போடக்கூடிய அளவுக்கு இட விஸ்தாரம். அறையிலிருந்து முற்றத்தில் இறங்கும் சிமெண்டுப் படிகள் சுத்தமாக இருக்கும். மாலையில் ஏஜண்டு சென்ற பின்பு நாகராஜன் இந்தப் படியில் உட்கார்ந்துதான் சிகரெட் பிடிப்பான். சட்டைக் காலருக்குப் பின்புறம் மடித்து வைத்திருக்கும் கைக்குட்டையை உருவி எடுத்து முகத்தைக் கறகறவென்று துடைத்தவாறே கிருஷ்ணமூர்த்தியும் அவன் பக்கத்தில் வந்து உட்கார்ந்துகொள்வான். இரண்டுபேரும் பெண்களைப் பற்றிப் பேசிக்கொள்வார்கள். அரைமணி நேரத்தில் ஒரு டஜன் பெண்களைப் பற்றிய விஷயங்கள் அடிபடும். மறுநாள் அதுவரை பேசாத புதுப் பெண்களைப்பற்றிப் பேசுவார்கள். வீரகுமார் அவ்வளவாக இந்தப் பேச்சில் கலந்துகொள்ளமாட்டான். பெண்களைப்பற்றிச் சும்மா பேசிக்கொண்டிருப்பது அவனுக்குப் பிடிக்காது. அவன் கோழையல்ல. அபவாதத்திற்கு அஞ்சுகிற ஆசாமியும் அல்ல. அதனால் பேசத்தான் வேண்டும் என்ற அவசியம் அவனுக்குக் கிடையாது.

அன்று மாலை நாலரை மணிக்கு நாகராஜன் பேரேட்டிலிருந்து தலையைத் தூக்கிப் பார்த்தான். அப்போது கிருஷ்ண மூர்த்தி நிலைப்படியில் சாய்ந்து நின்றவாறே தார் ரோட்டை வெறிக்கப் பார்த்துக்கொண்டிருப்பதைக் கண்டான். இதைப் பார்த்ததும் முன்னாலேயே தான்போய் நின்றிருக்கலாமே என்ற எண்ணம் ஏற்பட்டதுபோல், பட்டென்று ஓசையெழ பேரேட்டை மூடிவைத்துவிட்டு நாகராஜன் கிருஷ்ணமூர்த்தியின் பின்னால் சென்று நின்றான்.

தார் ரோட்டில், தூரத்தில் ஒரு பெண் வந்துகொண்டிருப்பது தெரிந்தது. அத்தனை தூரத்திலேயே அவள் அழகி என்பதைக் காட்டிக்கொண்டு வந்தாள். இதில் ஆச்சரியமில்லையென்பது மட்டுமல்ல; சர்வசாதாரண விஷயமும் தான். ஆனால் அவள் பக்கத்தில் நெருங்கி வந்த பின்பும் அழகாகவே இருந்தாளே, அது ஆச்சரியம். சொல்லப்போனால் அவள் அருகே வரவர அவளுடைய அழகில் வட்டி ஏறிக்கொண்டே வந்தது.

தார் ரோட்டிலிருந்து திரும்பிய அவள் பின்புறப் பாதை வழியாக நடந்து சென்றாள். ஒரு குறிப்பிட்ட நிமிஷத்தில் அவளைப் பதினைந்து அடி தூரத்தில் பார்க்க முடிந்தது. அந்த நிமிஷத்துக்கு அழிவில்லை.

"என்ன பார்க்கிறாய்?" என்று கேட்டான் நாகராஜன்.

"மழை வரும்போலிருக்கிறது" என்றான் கிருஷ்ணமூர்த்தி.

நாகராஜனும் மழை வருமா என்று பார்த்துக்கொண்டு நின்றான்.

அவள் நடந்து போவதைப் பின்னாலிருந்து பார்க்க அழகாக இருந்தது. படபடவென்று ஒரு நடை; தபாலாபீஸுக்குத் தந்தி கொடுக்கப்போவது மாதிரி. நீண்ட பின்னலில் பெரிய குஞ்சம் வைத்துக்கொண்டிருந்தாள்.

அவள் நடந்து செல்கிற அசைவில் குஞ்சம் ஒரு அரை வளையம் போட்டு, துள்ளித் துள்ளித் தொட்டுக்கொண்டிருந்தது. சின்னஞ் சிறிய யானைக் குட்டியொன்று தனது துதிக்கையை ஆட்டி அசைத்து விளையாடுவது மாதிரி இருப்பதாகக் கற்பனை செய்துகொண்டான் கிருஷ்ணமூர்த்தி. பாதையில் வேறு யாருமே இல்லை. பாதை அப்படி இருக்க வேண்டியதும் அவசியம்தான் என்று பட்டது நாகராஜனுக்கு. அவள் எதையுமே கவனிக்காமல் தான் நடந்து சென்றாள். அக்கம்பக்கம் திரும்பிப் பார்க்கவில்லை. அவளைத் தாண்டிச் சென்றவர்கள் எல்லோருமே அவளைப் பார்த்துவிட்டுத்தான் சென்றார்கள் என்பதுகூட அவளுக்குத் தெரியாது. எதிர்ப்படுகிற பெண்களைக்கூட அவள் ஏறிட்டுப் பார்க்கவில்லை. பின்னால் கார் வந்தபோதெல்லாம் அதன் ஓசையைக் கேட்டு அவள் யந்திர ரீதியில் பாதையின் விளிம்பு வரையிலும் ஒதுங்கிக்கொண்டாளே ஒழிய தாண்டிச் செல்கிற கார்களை அவள் திரும்பிப் பார்க்கவில்லை.

அவள் மறைந்து வெகு நேரம் கழிந்த பின்பும் கிருஷ்ண மூர்த்தியாலோ நாகராஜனாலோ பேசமுடியவில்லை. மௌனமாக இருப்பது மூலம்தான் அவளுக்குரிய பாராட்டைச் செலுத்த முடியும் என்று பட்டதும் ஒரு காரணமாக இருக்கலாம்.

பிரசாதம்

"தினசரி வருகிறாளா?" என்று கேட்டான் நாகராஜன். தனக்கு அன்று வரையிலும் நஷ்டம் ஏற்பட்டிருந்தால் அது எவ்வளவு என்பது அவனுக்குத் தெரியவேண்டும்.

"இன்றுதான் வந்தாள்" என்றான் கிருஷ்ணமூர்த்தி.

அவன் சொன்னதும் அது உண்மைதான் என்று நாகராஜனுக்குப் பட்டது.

இரண்டு பேரும் தமது ஆசனங்களில் ஏறி உட்கார்ந்து குறை வேலையையும் அழுதுதீர்க்க முயன்றார்கள். அடிக்கடி தலையைத் தூக்கிப் பார்த்துப் பரஸ்பரம் சிரித்துக்கொண்டார்கள்.

வீரகுமாருக்குத் தெரியாது. 'தாத்தா'வுக்குத் தெரிவதும் தெரியாததும் ஒன்றுதான். ராஜாமணி குழந்தை!

தங்களுக்குள்ளே அந்த அனுபவத்தைக் கட்டிக்காத்துவிட வேண்டும் என்றும், இனி வரும் நாட்களிலும் அதில் யாரும் பங்குபெறாமல் பார்த்துக்கொள்ள வேண்டும் என்றும் அவர்கள் இரண்டுபேருக்கும் தோன்றிற்று.

மறுநாள் சரியாக நாலே முக்காலுக்கு நாகராஜன் நிலைப் படியில் போய் நின்றான். கிருஷ்ணமூர்த்தி அவன் முன்னால் சென்று சிமென்டுப் படியில் நின்றுகொண்டான்.

அவள் மறைவதுவரை கவனித்துக்கொண்டிருந்து விட்டு இருவரும் திரும்பிப் பார்த்தபோது வீரகுமார் கால் கட்டை விரல்களில் நின்றவாறு அவள் நடந்து சென்ற பாதையிலிருந்து கண்களை அகற்ற முடியாமல் நிற்பது தெரிந்தது.

அன்றிலிருந்து அது வழக்கமாகிவிட்டது. அவளுக்கு 'ஒயில்' என்று யார் பெயர் வைத்தார்கள் என்பது நினைவில்லை. ஆனால் அவளுடைய தாயார் இட்ட பெயர் மாதிரி அதைச் சொல்லிக் கொண்டார்கள்.

நாகராஜன் காலையில் ஆபீசுக்கு வருகிறபோது காலேஜ் ரோடு வழியாக வரத் தலைப்பட்டான். இதனால் ஒன்றரை மைல் சுற்று என்பது உண்மைதான். வெங்கடராமன் "டேய், உனக்குப் பயித்தியமா?" என்று கேட்டான். ஆனால் நாகராஜன் சைக்கிளில் வந்து இறங்கியதும் 'ம்' என்று கிருஷ்ணமூர்த்தி கண்ணைச் சிமிட்டுவதற்கும், 'ம்' என்று பதில் வருவதற்கும் என்ன அர்த்தம் என்பது ராஜாமணிக்குத் தெரியும்.

நாகராஜனுக்கும் கிருஷ்ணமூர்த்திக்கும் அவளுக்கு எத்தனை ஜம்பர் உண்டு, அது என்ன என்ன கலர், வாயில் சாரிகள் எத்தனை, கிரேப் சாரிகள் எத்தனை என்பவை எல்லாம் தளபாடமாகிவிட்டன. அவள் ஒரே சமயத்தில் மூன்று ஜோடி உடைகள் எடுத்து தினத்துக்கு ஒன்றாக ஒன்பது நாட்கள் அவற்றை

மாற்றி மாற்றி உடுத்திக்கொண்டு வருகிறாள் என்பதையும் தெரிந்துகொண்டார்கள். திங்கட்கிழமை போட்டுக்கொண்ட ஜம்பரும் சாரியும் மீண்டும் வியாழக்கிழமை வரும். அவர்கள் ஜோஸ்யம் அநேகமாகப் பலிக்கும்.

நாகராஜன் ஒருநாள் ஆபீஸுக்கு வரவில்லையென்றால் மறுநாள் வந்ததும் கிருஷ்ணமூர்த்தியிடம் எல்லாம் விபரமாக விசாரிப்பான். என்ன சாரி? என்ன ஜம்பர்? கனகாம்பரமா? பச்சையா? ... ரொம்ப அழகா? பிரமாதமா?

வெங்கடராமன் அன்று ஒரே சந்தோஷமாக ஆபீஸுக்கு வந்தான். அன்று காலை அவனுக்கு ஆண் குழந்தை பிறந்திருந்தது. வருகிறபோதே அவன் மடியில் சர்க்கரைப் பொட்டலத்தைக் கட்டிக்கொண்டு வந்திருந்தான். அருணாசலத்திடம் ஒரு குலைப் பழம் வாங்கிக்கொண்டு வரச்சொன்னான். பழம் – சர்க்கரை விநியோகம் நடைபெற்றது.

குழந்தை பிறந்து ஒரு வாரம்கூட ஆகவில்லை. வெங்கட ராமனுக்கு இடமாற்ற உத்தரவு வந்துவிட்டது. இரண்டுவாரம் லீவு எடுத்துக்கொண்டு லீவு நாட்கள் முடிவடைந்ததும் அவன் திருவனந்தபுரம் போய்ச் சேர்ந்தான். திருவனந்தபுரம் சென்ற பின்பு அவன் எழுதிய முதல் கடிதத்தில் திருவனந்தபுரம் ஆபீசில் பாம்பே கக்கூஸ் இருக்கிறதாகவும், குழந்தை காய்ச்சலில் அவதிப்படுவ தாகவும் எழுதியிருந்தான்.

"நாகராஜா, இன்றுதான் காலேஜுக்கு லீவு விடுகிறார்கள்" என்று கத்தினான் கிருஷ்ணமூர்த்தி. ஏஜண்டு அப்போதுதான் வெளிப்புற கேட்டைத் தாண்டிச் சென்றுகொண்டிருந்தார்.

நாகராஜனுக்குத் தூக்கிவாரிப் போட்டது. அவன் முகம் களை இழந்ததை எல்லோரும் கவனித்தார்கள். அன்றுதான் கடைசி நாள்!

நாலரை மணிக்கே வேலை ஓடவில்லை கிருஷ்ணமூர்த்திக்கு. மொத்தத் தொகை போடுகிறபோது இரண்டாவது தடவை கூட்டினால் முதல் தொகைக்கு வித்தியாசமாக வந்தது. மூன்றாவது முறை கூட்டினால் இரண்டு தொகைக்கும் சம்பந்தமில்லாத புதிய தொகை ஒன்று வந்தது.

அன்றும் அவள் வந்தாள். தார் ரோட்டிலிருந்து பாதையில் திரும்பினாள். மறைந்தாள்.

அவள் மறைந்ததும் கிருஷ்ணமூர்த்திக்குக் கண்ணில் நீர் துளிர்த்துவிட்டது. அன்றுவரை ராஜாமணி அவர்கள் பேச்சையும் தினசரிமாலை அவர்கள் படும் பாட்டையும் கவனித்துக்கொண்டே வருகிறான். நாகராஜனும், கிருஷ்ணமூர்த்தியும், வீரகுமாரும் நிலைப்படியில் நின்றுகொண்டிருப்பதை ராஜாமணி தனது

பிரசாதம்

இடத்திலிருந்தவாறே கவனிப்பது வழக்கம். அவர்கள் முகத்தில் ஏற்படுகிற பரவசத்தைப் பார்த்து ஆச்சரியப்படுவான். அவள் மிகவும் நெருங்கி வந்துவிட்டாள் என்பதை அவர்கள் முகத்தைப் பார்த்தே அவன் அனுமானித்து விடுவது உண்டு. அன்று அவள் வருகிற கடைசி தினம் என்ற எண்ணம் அவன் மனதில் எதிரொலித்துக் கொண்டிருந்தது. மாலையில் அவர்கள் எல்லோரும் நிலைப்படி அருகில் நின்றவாறு கண்களில் ஆவல் பொங்கப் பார்த்துக்கொண்டிருந்தபோது ராஜாமணி தன்னையும் அறியாமல் நாற்காலியில் முட்டுக் குத்தி உட்கார்ந்து எட்டிப் பார்த்தான். அவன் அப்படிப் பார்ப்பதை வீரகுமார் கவனித்து விட்டான். "இதோ ராஜாமணியைப் பார்" என்று அவன் கத்தினான். எல்லோரும் திரும்பிப் பார்த்தார்கள். ராஜாமணிக்கு முகம் சிவந்து அழுகைகூட வந்துவிடும் என்று தோன்றியது. தன்னுடைய கற்பு அழிந்துபோனது மாதிரியும், முக மூடியைக் கிழித்து யாரோ அம்பலப்படுத்திய மாதிரியும் இருந்தது அவனுக்கு. ஒரு வாரம் எல்லோரும் அவனைக் 'கோட்டா' பண்ணினார்கள்.

நாகராஜனுக்குக் கல்யாணம் ஆகப்போகிற விஷயம் ஆபீஸுக்கு எப்படித் தெரிந்தது என்பதை அவனால்கூட அனுமானிக்க முடியவில்லை. ஆனால் ஆபீஸில் ஒரே பேச்சாக இருந்தது.

ராஜம் நாகராஜன் குடியிருந்த அதே கிராமத்தில்தான் இருந்தாள். தெருவில் நாகராஜன் வீட்டுக்கு முன்னால் குழாய் இருந்தது. அதே குழாய் இரண்டு வீடு தள்ளியிருந்திருக்குமென்றால் ராஜத்திற்கும் நாகராஜனுக்கும் இத்தனை நெருங்கிய பரிச்சயம் ஏற்பட்டிருக்க முடியாது. நாகராஜன் வீட்டு உள் திண்ணை ஏணிப்படியில் உட்கார்ந்து கொண்டிருந்தால் ராஜம் தண்ணீர் பிடிக்க வருவாள். ஞாயிற்றுக்கிழமை மட்டும் ஒருமணி நேரம் இடைவிட்டு, நாள் பூராவும் தண்ணீர் பிடித்துக்கொண்டிருப்பாள்.

ராஜத்தைப் பற்றிப் பல விஷயங்கள் கிருஷ்ணமூர்த்தியிடம் நாகராஜன் சொல்லியிருக்கிறான். 'ஓயி'லின் அழகு ராஜத்துக்கு உறை போடக் காணாது என்றுகூட ஒரு நாள் அவன் சொன்னான். கிருஷ்ணமூர்த்தி இதை நம்பவில்லை. 'உளறுகிறான் கண் தலை தெரியாமல்' என்று எண்ணிக்கொண்டான்.

நாகராஜனின் மாமி ஐம்பது பவுன் நகையை விட்டுவிட்டு இறந்துபோய்விட்டாள். அவர்களுக்கு ஒரே பெண். மாமாவுக்கும் வயதாகிவிட்டது. திரும்பவும் கல்யாணம் செய்துகொள்ள அவர் எண்ணினாலும்கூட பெண்கொடுக்க யாரும் முன்வர மாட்டார்கள். கிணறு இருக்கிற வீட்டிலிருந்து அவருக்குப் பெண் கொடுக்க யாரும் வரமாட்டார்கள் என்றார் நாகராஜனின் தகப்பனார். நாகராஜனின் தாயாருக்கு அந்த நகையை விட மனமில்லை. பெண் கறுப்புத்தான் என்றாலும், ரொம்பவும்

அழகில்லை என்றாலும், ரொம்பவும் அவலட்சணம் இல்லை. கல்யாணம் நிச்சயமாகிவிட்டது.

நாகராஜன் ஒரு வாரம் சவரம் பண்ணிக்கொள்ளாமல் ஆபீசுக்கு வந்தான். தலையைக்கூடச் சரிவரச் சீவிக்கொள்வதில்லை. சட்டைப் பொத்தானும் போட்டுக்கொள்வதில்லை. கிருஷ்ணமூர்த்தியிடம் ராஜம் தற்கொலை செய்துகொண்டு விடுவாளோ என்று பயமாக இருக்கிறது என்றான் நாகராஜன்.

ஆனால் நாகராஜனுக்குக் கல்யாணம் ஆவதற்கு முன்னாலேயே ராஜத்துக்குக் கல்யாணம் ஆகிவிட்டது. மதுரையிலிருந்து மாப்பிள்ளை. கணவனுடன் புறப்படுகிற அன்று நாகராஜனின் தாயாரிடம் சொல்லிக்கொண்டு போக அவள் அவன் வீட்டுக்கு வந்தாள். அவள் நன்றாக அலங்காரம் செய்துகொண்டிருந்தாள். சிரித்துக் கலகலப்பாகப் பேசினாள். துக்கத்தை வெளியே காட்டிக் கொள்ளாமல் தன்னையே ஏமாற்றிக்கொள்கிறாள், பாவம், என்று வியாக்யானம் செய்துகொண்டான் நாகராஜன். அவன் வீட்டுப் படியைவிட்டு இறங்குகிறபோது ராஜம் நாகராஜனைப் பார்த்து, "வருகிறேன். உன் கல்யாணத்துக்கு இருக்க முடியவில்லையே என்ற குறைதான் எனக்கு. முடிந்தால் அவரைக் கூட்டிக்கொண்டு வருகிறேன்" என்று சொல்லிவிட்டுச் சென்றாள். 'அவர்' கூடவே பிறந்த மாதிரிதான் இருந்தது அவள் பேசியது.

பரீட்சையில் ஒயில் முதல் வகுப்பில் வெற்றிபெற்றுவிட்டாள். அவளுடைய நம்பரைத் துப்பறிந்து கண்டுபிடித்தவன் கிருஷ்ணமூர்த்தி. மாலை ஐந்து மணி ஆனதும் பத்திரிகை வாங்கிக் கொண்டுவர அருணாசலத்தை விரட்டினார்கள் எல்லோரும். பேப்பரைத் திருப்பிப் பார்த்துவிட்டு "பாஸ்" என்று கத்தினான் கிருஷ்ணமூர்த்தி. அன்று அந்த வெற்றியைக் கொண்டாட ஓட்டலிலிருந்து டிபனும் காப்பியும் வரவழைக்கப்பட்டது. வெங்கடராமனுக்குப் பதில் வந்திருந்த நரசிம்மாச்சாரி இதில் விசேஷ அக்கறை காட்டவில்லை. தோசைக்குப் பதில் உப்புமா தருவித்திருக்கலாம்; உடம்புக்கும் நல்லது என்று மட்டும் சொன்னார்.

வீரகுமார் பேங்குப் பரீட்சை ஒன்று எழுதச் சென்னை சென்றிருந்தான். சென்னையில் சின்னஞ் சிறிய அறை ஒன்றில் கையால் நெஞ்சில் இடித்துக்கொண்டு அவன் வட்டிக் கணக்குப் படிக்கிறபோது இங்கு நாம் 'ஒயில்' வெற்றிபெற்ற தினத்தைக் கொண்டாடுகிறோம் என்று கிருஷ்ணமூர்த்தி சொன்னபோது எல்லோரும் அதை ரசித்துச் சிரித்தார்கள்.

இடம் பற்றாது என்ற காரணத்தால் பேங்கு புதிய கட்டிடம் ஒன்றுக்கு மாறிற்று. பழைய ஏஜண்டு போய் புதிய ஏஜண்டு

வந்து சேர்ந்தார். வீரகுமாருக்கு அக்கௌண்டண்டாகப் பதவி உயர்வு கிடைத்தது. அவனுக்குத் தனி அறையும் ஒதுக்கப்பட்டது. அவன் முன்போல் சிப்பந்திகளிடம் கூடிக் குலவுவதில்லை. தனது அறையிலிருந்தவாறே மணியை அடித்துக்கொண்டிருந்தான். நாகராஜனுக்கு ஆண் குழந்தை பிறந்தது.

'ஒயில்' என்ற பெண்ணைப் பற்றி இப்போது யாருக்கும் ஞாபகம் இல்லை. நடுவில் அவளுடைய கல்யாணப் படம் பத்திரிகை ஒன்றில் வெளிவந்தது. அவளுடைய கணவன் மீசை வைத்துக்கொண்டிருந்தான். அவன் பெரிய முரடன் என்றும், பெரிய குடிகாரன் என்றும், அவனுடன் அவளுக்கு சந்தோஷமாக வாழ முடியாது என்றும், தினசரி அவன் அவளைத் தூக்கிப் போட்டு அடிப்பான் என்றும் கிருஷ்ணமூர்த்தி சொன்னான். அதை யாரும் கவனிக்கவில்லை, நம்பவுமில்லை.

ஒருநாள் புதிய ஏஜண்டு அந்த அறைக்குள் நுழைந்தார். அவர் பின்னால் 'ஒயில்' வந்தாள். எல்லோருக்கும் ஆச்சரியமாகப் போய்விட்டது! "இவள்தான் புது டைப்பிஸ்டு. பெயர் கல்யாணி" என்று அறிமுகப்படுத்தினார் ஏஜண்டு. அவளை யாரும் விசேஷ மாகக் கவனிக்கும்படி அவள் இருக்கவும் இல்லை. கிருஷ்ண மூர்த்தி மட்டும் அவள் ஏதோ சுயம்வர மாலையுடன் உள்ளே பிரவேசித்திருப்பது மாதிரியும் தன்னை அவள் பார்க்காத தோஷத்தால் வேறு யார் கழுத்திலாவது மாலையை போட்டு விட்டுப் போய்விடக் கூடாதே என்று எண்ணிக்கொண்டது மாதிரியும் தலையை முன்னால் தள்ளிக்கொண்டிருந்தான். இது தெரிந்திருந்தால் சவரம் செய்துகொண்டு வந்திருக்கலாமே என்று எண்ணி வருத்தப்படவும் செய்தான்.

ஆபீஸில் கல்யாணிக்கு விசேஷ 'மவுசு' எதுவும் ஏற்பட வில்லை. அவளிடம் அசட்டுத்தனம் நிறைய இருந்தது. அவள் டைப் அடித்த கடிதங்களில் யாராலும் கற்பனை செய்து பார்க்க முடியாத தவறுகள் விழும். நாகராஜன் அந்தத் தவறுகளைப் பொறுமையாக எடுத்துக்காட்டுவான். அவன் யந்திர ரீதியிலும் கடமை உணர்வுடனும் அவளிடம் பழகினான். ஏதாவது ஒரு தப்பைச் சுட்டிக்காட்டுகிறபோது அவள் உதடு அசிங்கமாகக் கோணும். எதற்கு உதட்டை இப்படிக் கோணிக் கொள்கிறாள் என்று எண்ணுவான் ராஜாமணி. 'பாவம், என்ன செய்வாள். அவளுக்கு அப்படித்தான் கோணும்' என்று தனக்குத் தானே சமாதானம் தேடிக்கொள்வான். "பார்த்து அடிக்கணும்டீ அம்மா" என்பார் நரசிம்மாச்சாரி. அவர் குரலில் வெளியாகும் குழைவு எல்லோர் மனசையும் தொடும். கிருஷ்ணமூர்த்தியின் மேசை முன்னால் சென்று கல்யாணி ஏதாவது சாமான் கேட்டால் அவன்கூட அவள் முகத்தைப் பார்க்காமலே டிராயரிலிருந்து

எடுத்துக் கொடுப்பான். இதையெல்லாம் நினைத்து மிகவும் ஆச்சரியப்படுவான் ராஜாமணி. அவனுக்குப் பல விஷயங்கள் ஒரே குழப்பமாக இருந்தன.

கல்யாணிக்குப் பிரசவ லீவு கொடுக்கும்படித் தலைமை காரியாலயத்திலிருந்து உத்தரவு வந்துவிட்டது. எல்லோரும் சேர்ந்து அவளை வழியனுப்பி வைத்தார்கள். எந்த ராத்திரி வேண்டுமென்றாலும் என்ன உதவி வேண்டுமென்றாலும் செய்யத் தயாராக இருக்கிறோம் என்று எல்லோர் சார்பிலும் சொன்னான் நாகராஜன். அவன் அப்படிச் சொன்னது எல்லோருக்கும் திருப்தியாக இருந்தது.

ஆபீசில் சூழ்நிலை வரவர ரொம்பவும் மாறிக்கொண்டு வருவது மாதிரிப்பட்டது ராஜாமணிக்கு. கிருஷ்ணமூர்த்திக்கு இன்ஷூரன்ஸ் கம்பெனி ஒன்றில் நல்ல வேலை கிட்டவே பேங்கு வேலையை ராஜினாமா செய்துவிட்டுப் போய்விட்டான். ஆபீசில் ராஜாமணிக்கு வலதுபுறம் நரசிம்மாச்சாரி உட்கார்ந்து கொண்டிருப்பார். நாற்காலியில் காலைத் தூக்கி மடித்து சம்மணம் கூட்டி உட்கார்ந்துகொள்வார். தும்பைப் பூவாய் நரைத்த தலைக்கு மொட்டை அழகாகத்தானே இருக்கும். காலர் இல்லாத சட்டை. சட்டையின் கைகள், கை முட்டோடும் நிற்காமல் மணிக்கட்டுக்கும் வராத தனி ஜாதி. அரைமுழம் குறைவாகவோ அதிகமாகவோ எடுத்தால் அழகான சட்டையாகிவிடுமே!

நாகராஜனோ வேறு ஜன்மம் எடுத்துவிட்டான் என்று தோன்றிற்று. அவன் வெற்றிலை போட்டுக்கொண்டு தலையைத் தூக்காமல் பொறுமையாக வேலை செய்தான். குழந்தை தவழ்ந்து விளையாடுகிறது சார் என்று நரசிம்மாச்சாரியிடம் சொல்லுவான். எல்லாக் குழந்தைகளும் தவழ்ந்து விளையாடத்தானே செய்யும்!

முன்னெல்லாம் நாகராஜன் மத்தியான உணவைப் பொட்டல மாகக் கட்டித் தோல்பைக்குள் நாசூக்காக வைத்துக்கொண்டு வருவான். இப்போது தோல்பை போன இடம் தெரியவில்லை. அதற்குப் பதில் கையில் ஒரு தூக்குப் பாத்திரம்! சற்றுப் பெரியது. அதை தூக்கிக்கொண்டு மணிமேடை வழியாக எப்படி நடந்து வருகிறான் என்பது ராஜாமணிக்குப் புரியவே இல்லை. வளைந்த பிடிகொண்ட குடையைத் தோளில் தொங்கப் போட்டுக்கொண்டு அவன் ஆபீசை விட்டு இறங்கிச் செல்கிறபோது கன்னத்தில் ஒரு அறைவிடவேண்டும் போலிருக்கும் ராஜாமணிக்கு. தன்னைச் சுற்றி நாலு புறமும் கிழடுகள் சூழ்ந்து கொண்டுவிட்டது மாதிரி இருந்தது அவனுக்கு.

இதையெல்லாம் எண்ணுகிறபோது கல்யாணியின் குழந்தைக்குத் தொட்டில் போடுகிற அன்று நடந்த விஷயங்கள் தான் அவன் மனதில் திரும்பத் திரும்ப ஞாபகத்துக்கு வரும்.

கல்யாணியின் கணவர் எல்லோரையும் உட்காரவைத்து ஆளுக்கு ஒரு தம்ளர் ஷர்பத் மட்டும் கொடுத்தார். விசேஷமாக எதுவும் தயார்செய்ய ஆள் வசதி இருக்கவில்லை. குழந்தையைக் கொண்டுவரச் சொல்லுங்கள் ஸார் என்றான் நாகராஜன். கல்யாணி குழந்தையுடன் வந்தாள். நாகராஜன் தோளில் கிடந்த டர்க்கி டவலை எடுத்து மடியில் விரித்து குழந்தையைப் பதனமாக வாங்கி மடியில் போட்டுக் கொண்டான். ராஜாமணிக்கு ஒரே கூச்சமாக இருந்தது. நரசிம்மாச்சாரியும் நாகராஜனும் குழந்தையின் முகத்தை வெகுநேரம் கூர்ந்து பார்த்துக்கொண்டிருந்தார்கள். குழந்தை அவள் அம்மா ஜாடைதான் என்றார் நரசிம்மாச்சாரி. கல்யாணி சிரித்தாள். நாகராஜனுக்குத் திடீரென்று என்ன தோன்றிற்றோ, ஜேபியில் கையை விட்டு ஒரு முழு ரூபாய் நாணயத்தை எடுத்துக் குழந்தையின் பிஞ்சு விரல்களிடையே திணித்தான். எதுக்கு ஸார் என்று தணிந்த குரலில் சொன்னார் கல்யாணியின் கணவர். கல்யாணியின் முகத்தில் ஏற்பட்ட பரவசத்தை ராஜாமணி கவனித்தான். நரசிம்மாச்சாரிக்கும் உற்சாகம் கிளம்பிவிட்டது. அவர் குழந்தையைக் கையில் எடுத்துத் தொட்டிலில் கிடத்தியபடி ஒரு தாலாட்டுப் பாடலை முனக ஆரம்பித்தார். வாயைத் திறந்து பாடுங்களேன் ஸார் என்றான் நாகராஜன். இதை அவன் கேலியாகச் சொல்லவில்லை. அப்படி யார் சொல்லப் போகிறார்கள் என்று காத்துக்கொண்டிருந்த மாதிரி உடனேயே அவர் தாலாட்டுப் பாட ஆரம்பித்து விட்டார். தெலுங்கு பாஷையிலுள்ள ஒரு தாலாட்டு அது. எல்லோரையும் பார்த்துக்கொண்டே அவர் உரக்கப் பாடினார். கல்யாணியும் அவள் புருஷனும் சிரிப்பாய் சிரித்தார்கள். ராஜாமணிக்கு அங்கு நிற்க முடியவில்லை. அவன் உடம்பிலிருந்து சதையை யாரோ பிய்த்துப் பிய்த்து எடுப்பது போலிருந்தது. அவன் வாசல் திண்ணைக்கு வந்து கைக்குட்டையால் வாயைப் பொத்திக்கொண்டு சிரிப்பதும் சன்னல் வழி உள்ளே பார்ப்பதுமாக இருந்தான். பாடல் தெய்வகானம் போலிருந்தது என்று நாகராஜன் நரசிம்மாச்சாரியைப் பாராட்டினான். அவள் இருந்து பாடணும் கேட்கணும் என்றார் நரசிம்மாச்சாரி. காலஞ்சென்ற அவர் மனைவி தாலாட்டு, கீர்த்தனங்கள், அஷ்டபதி எல்லாம் மிகவும் அருமையாகப் பாடுவாள் என்று அடிக்கடி அவர் சொல்வார். அப்படிச் சொல்கிற ஒவ்வொரு சந்தர்ப்பத்திலும் அவர் கண்கள் நிறைந்துவிடும். அன்றும் நிறைந்தது. அதை மறைத்துக் கொண்டார் அவர்.

எல்லோரும் விடைபெற்றுக் கொள்கிறபோது கல்யாணி நாகராஜனைப் பார்த்து, ஸார், உங்கள் பையனுக்குத்தான் இவளைத் தரப்போகிறேன் என்றாள். நம்ம பயல் அதிருஷ்டகாரன் என்றான் நாகராஜன். எல்லோரும் சந்தோஷமாகச் சிரித்தார்கள்.

'தனிமைப்பட்டுப் போனோம்' என்ற உணர்வு ராஜாமணிக்கு நாளுக்குநாள் அதிகமாகிக்கொண்டே வந்தது. கல்யாணிக்கும் நாகராஜனுக்கும் நரசிம்மாச்சாரிக்கும் பொதுவான விஷயங்கள் எவ்வளவோ இருந்தன. குடும்ப விஷயங்களைச் சலிக்காமல் பேசிக்கொண்டிருந்தார்கள் மூவரும். கல்யாணியின் குழந்தைக்குச் சுகமில்லை என்றால் நாகராஜன் தன்னுடைய குழந்தைக்கு வாங்கியதில் மிச்சமிருக்கும் மருந்தைக் கொண்டுவந்து கொடுப்பான். நரசிம்மாச்சாரிக்கு அலோபதியில் நம்பிக்கை கிடையாது. அவர் தமது பேரன் பேத்திகளுக்கு ஹோமியோபதி மருந்துதான் கொடுத்துவருவதாகச் சொன்னார். பேங்கில் தங்கள் பெயருக்குப் புதிய கணக்குகள் திறந்து அதில் பணத்தைப் போட்டு வந்தார்கள் நாகராஜனும் கல்யாணியும். தன்னுடைய பெண்ணின் பதினைந்தாவது வயதில் திரும்பக் கிடைக்கும்படி கல்யாணி இன்ஷூரன்ஸுக்குப் பணம் கட்டி வந்தாள்.

ராஜாமணிக்கு இதொன்றும் பிடிக்கவில்லை. எப்படியும் போகட்டும் என்று விட்டுவிட்டான் அவன். தன்னைப்பற்றி எண்ணுவதற்கே அவனுக்கு நேரம் சரியாக இருந்தது. தான் ரொம்பவும் உயரமாக வளர்ந்திருப்பதாக அவனுக்கே தோன்றிற்று. அன்றாடம் சவரம் செய்துகொள்வதால் கன்னத்தில் பாசி படர்ந்திருந்தது. ரகசியமாக சிகரெட் குடித்தாலும் உதடுகள் கறுக்கத்தானே செய்யும்! கைக் குட்டையில் நிறையப் பவுடரைப் போட்டுத் தேய்த்துச் சதா ஜேப்பில் வைத்திருப்பான். அடிக்கடி முகத்தைத் துடைத்துக் கொள்வதால் அவன் முகத்தில் எண்ணெய் வழிந்த நாளே கிடையாது. தினசரி தூய வெள்ளைச் சட்டை போட்டுக்கொள்கிறான் என்பதைத்தானே பார்க்கிறவர்கள் தெரிந்துகொள்ள முடியும்? ஆபீஸ் விட்டு வீட்டுக்குச் சென்றதும் அவன் வண்ணானாக மாறிவிடுவது அவனுக்கு மட்டும் தெரிந்த ரகசியம்.

வருடக் கடைசி. இன்னும் இரண்டு தினங்களுக்குள் கணக்குகள் முடிவடைய வேண்டும். ஏஜண்டுகூட ஆறு மணிக்குத் தான் பேங்கை விட்டுச் சென்றார். வீரகுமார் அவன் அறையிலிருந்தவாறே அதைக் கொண்டா இதைக் கொண்டா என்று சத்தம் போட்டுக்கொண்டிருந்தான்.

ராஜாமணிக்கு வேலை ஓடவில்லை. அவன் தலையைத் தூக்கிப் பார்த்தான். மணி ஆறரை. இரண்டு கைகளையும் உயரத் தூக்கி முதுகை வளைத்துச் சோம்பல் முறித்தான். கைக்குட்டையை எடுத்து முகத்தைத் துடைத்துக்கொண்டே நிலைப்படியில் சென்று நின்றவாறு தார் ரோட்டைப் பார்த்தான்.

அப்படி அவன் பார்த்துக்கொண்டிருக்கும்போது தூரத்தில் ஒரு பெண் வருவது தெரிந்தது. அவளைப் பார்த்துவிட்டுப் போவோம் என்ற எண்ணத்தில் அங்கேயே நின்றான்.

பிரசாதம்

அந்தப் பெண்ணுக்குப் பதினைந்து அல்லது பதினாறு வயதிருக்கும். இரட்டைப் பின்னல் போட்டுக்கொண்டு மிலிட்டரி நடை போட்டு வந்தாள். அந்தப் பெண்ணின் தேக அமைப்பு ராஜாமணியின் தேக அமைப்பு மாதிரிதான் இருந்தது. தன் சகோதரி என்று சொன்னால் யாருமே நம்பிவிடுவார்கள் என்று எண்ணிக்கொண்டான் ராஜாமணி. பக்கத்தில் வந்த போதுதான் அவன் கவனித்தான். அந்தப் பெண்ணுக்கும் காது சற்று முன்புறம் வளைந்திருந்தது. அதை அவள் தலைமயிரால் மூடி மறைக்க முயன்றிருந்தாள். அவனுக்கு நேர் எதிராக வந்ததும் யதேச்சையாக அவன் நின்றுகொண்டிருந்த திசையைப் பார்த்தாள் அவள். ராஜாமணி அவளைப் பார்த்துச் சிரித்தான். அந்தப் பெண்ணும் பதிலுக்குச் சிரித்துவிட்டுச் சென்றாள். அவள் சிரித்த வினாடியில் உள் நெஞ்சை ஏதோ சுட்டுக்கொண்டு இறங்குவது மாதிரி இருந்தது. அன்றுதான் அவன் ஒரு பெண்ணைப் பார்த்துச் சிரித்திருக்கிறான். இந்த தைரியம் அவனுக்கு எப்படி வந்தது என்பது அவனுக்கே தெரியவில்லை. அவளும் சிரித்தாளே!

"டேய் அப்பா, கொஞ்சம் டிரையல் பாலன்ஸைப் பார்த்துச் சொல்லு" என்றார் நரசிம்மாச்சாரி.

ராஜாமணி தனது ஆசனத்தைப் பார்த்து ஓடினான்.

"என்ன ஸார் சொன்னேள்?" என்று தயங்கியவாறு கேட்டுக்கொண்டே ஒரு நீண்ட பெருமூச்சு விட்டான் ராஜாமணி.

நரசிம்மாச்சாரி அவன் கேட்ட கேள்விக்குப் பதில் சொல்லாமல் நாகராஜனைப் பார்த்து, "ஏன் ஸார், இந்தப் பயல் அடிக்கடி பெருமூச்சு விட்டுக்கொண்டே இருக்கிறான்?" என்று கேட்டார்.

நாகராஜன் ராஜாமணியின் முகத்தைப் பார்த்துச் சிரித்தான். பியூன் அருணாசலமும் சிரித்தான்.

கல்யாணிதான் பதில் சொன்னாள்:

"ராஜாமணி தேடறான் ஸார். அவனுக்கு இன்னும் அகப்படவில்லை."

இப்படிச் சொல்லிவிட்டு, அவன் உஷ்ணமாக எடுத்துக் கொண்டு விடாமலிருக்க, அவனைப் பார்த்துச் சிரித்தாள்.

ராஜாமணி தலையைக் கவிழ்த்துக்கொண்டான்.

நவசக்தி வார இதழ், 1960

கிடாரி

மிகப்பெரிய காம்பௌண்டு அது. கற்சுவர். நடுவில் மிகப்பெரிய வீடு. மாடி வீடு.

மாடி வீட்டுக் கொல்லையின் இடதுமூலையில் உரக் கிடங்கும், அதையொட்டி, கன்றுகளை மறிக்க கம்பழிக் கூண்டும் தொழுவமும்.

தொழுவத்துக்கு அடுத்தாற்போலிருந்த அறையைத் தான் கிழவர் தனது வாசஸ்தலமாக்கிக் கொண்டார். சில மாதங்கள் முன்னால்வரை அங்கு விறகு குவித்திருந் தது. அதைக் காலி செய்து கைவசப்படுத்திக் கொண்டார் கிழவர்.

இப்போது கொல்லைப்புறம்தான் அவரது ஆட்சிக்குட்பட்ட சாம்ராஜ்யம். வேலைக்காரன் சம்முகம், சமையல் காரி செல்லம்மா, வேலைக்காரி, ஒரு கறவைப் பசு, ஒரு கர்ப்பிணிப் பசு, ஒரு காளைக் கன்று ஆகியோர் குடை நிழல் பிரஜைகள். அதிலும் கால்நடைகள்தான் முக்கியமான பிரஜைகள். அவற்றின் மத்தியில்தான் கிழவருக்கு நல்ல செல்வாக்கிருந்தது. அவருடைய அற்ப எண்ணங்கள்கூட அங்கு விதிகளாகி அமலாகிவிடும். அபிப்ராய வேற்றுமைக்கு இடமேயில்லை.

சில மாதங்கள் முன்னால்வரை மாடிவீட்டில் மாப்பிள்ளை சபேசய்யர், மகள் குஞ்சம்மாள், பேரன் பேத்திகள் ஆகியோருடன் கூடி வாழ்ந்திருந்தார் கிழவர். மனத்துக்கு ருசிக்கவில்லை. மாப்பிள்ளை மகா முன்கோபி என்பது கிழவர் அபிப்பிராயம். கிழவருக்கு

இங்கிதமே தெரியாதென்பது சபேசய்யர் தீர்மானம். சபேசய்யர் வருமான வரி ஆபீஸர் வேலையிலிருந்து ரிட்டயராகி பொழுதை வீட்டிலேயே செலவு செய்யும் நிலை ஏற்பட்டதும், அரமும் அரமும் உரைந்தாற்போல் இருவர் உறவும் கீறிச்சிட்டது. முகதரிசனம் வாய்த்த மறுவினாடியே பரஸ்பரம் வெட்டிக்கொண்டார்கள். மடக்கி மடக்கித் தாக்கிக்கொண்டார்கள். படீரென்று விலாவில் மடக்கிக் குத்துவார் மாப்பிள்ளை. மண்டையில் ஓங்கி அறைவார் மாமனார். எல்லாம் வார்த்தைகளில்தான். பெண்ணை வைத்துத்தானே கிழவருக்கு அந்த வீட்டில் மதிப்பு. பெண் குஞ்சம்மாளோ மாடியில் அடைபட்டுக் கிடந்தாள். கீழே இறங்கி வரக்கூடாது.

முன்கட்டில் செல்வாக்கு இழந்துவிடவே மெதுவாகக் கொல்லைப் புறம் நகர்ந்தார் கிழவர். விறகு அறையையும் தன்னுடைய அறையையும் காலிசெய்தார். விறகும் ஓட்டை உடைசலும் நெல்குத்தும் கொட்டகைக்கு இடம் மாறின. வெற்றிலைப் பையும் வறுவல் டப்பாவும், எண்ணெய்க் குப்பியும், செம்பும், மர ஜோடும், விசிறியும், நார்க்கட்டிலும் விறகு அறைக்கு வந்தன.

சிறுவயதிலிருந்தே மாட்டுப் பைத்தியம் கிழவருக்கு. இட மாற்றம் அதற்கு மேலும் சுருதி கூட்டிற்று. அன்பையும், அரவணைப்பையும், ரத்தபாசத்தையும் தொழுவத்திலேயே கண்டு ஆனந்தக் களிப்பில் அமுந்திப்போனார் கிழவர்.

தொழுவத்தில் சலசலப்புக் கேட்டுக்கொண்டிருந்தது. இரவில் கண் விழிக்கும்போதெல்லாம் மாடுகளின் கால் அரவம், சிறுநீர் கழிக்கும் சுர் . . . ர் . . . ர்ர், வைக்கோல் பிடுங்கும் சரசரப்பு, கன்றின் கழுத்து மணி ‘ணிங் ணிங்’ – இத்யாதி ஓசைகள் கேட்டவண்ணம் இருக்கும். கிழவருக்கும் இந்தப் பின்னணி ஓசை பழக்கப்பட்டுவிட்டது.

ஆனால் அன்று விடிவெள்ளிப் பொழுதில் ஏதோ அசாதாரண மான சூழ்நிலை தொழுவத்தில் உருவாகி வருவதாக உணர்ந்தார் கிழவர். கண்மூடியபடியே கட்டிலில் உட்கார்ந்து எழுந்து நின்று, இரவில் போர்வையாக மாறியிருந்த வேஷ்டியை இடுப்பில் சுற்றிக்கொண்டார். அறைக் கதவைத் திறந்தார். இருளில் இருள்தான் தெரிந்தது. பெரிய குடையொன்றை விரித்து வைத்தது போலிருந்தது. அறை முன்னால் நின்ற ஒட்டு மா இலைகளிடையே இருள் துண்டு துண்டாகத் தேங்கிக் கிடந்தது. வானத்தைப் பார்த்தார். உம், விடிய ஒருமணி நேரமாகலாம் . . .

தொழுவத்தில் அரவம் கேட்டது.

சுவரைத் தடவியபடியே சுவர் அலமாரியைத் திறந்தார். மேல் தட்டிலிருந்து வெற்றிலைப் பையையும் கீழ்த்தட்டிலிருந்து ஓவல்டின் டப்பாவையும் எடுத்தார். நார்க்கட்டிலில் உட்கார்ந்தபடி டப்பாவைத் திறந்து ஏத்தங்காய் வறுவலை ஒவ்வொன்றாக வாயில் போட்டு மென்றார். 'ஸ்டாக்' சிறிதுதானிருந்தது. டப்பா காலி. பையை அவிழ்த்து இரும்பு உரலையும் உலக்கையையும் எடுத்து நிலைப்படியில் வைத்துக்கொண்டார். சிறிதுநேரத்திற்கெல்லாம் 'ணங், ணங்' என்ற ஓசை தாள லயம் தவறாமல் கேட்க ஆரம்பித்தது. விடிவெள்ளி நேரத்தில் இந்த ஓசை எழுவது பக்கத்து வீட்டுக்காரர்களுக்கும், சமையல் செல்லம்மாவுக்கும், சம்முகத்துக்கும், மாடு கன்றுகளுக்கும் பழக்கப்பட்டுப்போன விஷயம். சம்முகத்துக்கும் செல்லம்மாவுக்கும் அதுதான் அலாரம். இந்த ஓசை எழுந்ததும் படுத்திருக்கும் மாடுகளும் எழுந்து நின்று சோம்பல் முறிக்கும். சம்முகம் எழுந்து வந்து சாணியை வழித்தெறிந்துவிட்டுச் செம்பையும் எண்ணெய்க் கிண்ணத்தையும் எடுத்துக்கொண்டு வருவான். கட்டில் நிற்கும் கன்று பின் வாங்கி முன்பாய்ந்து கயிற்றை வெட்டி வெட்டி இழுக்கும்.

ணங் . . . ணங் . . . ணங் . . .

சம்முகம் எங்கே?

காணோம்.

"சம்முகம், சம்முகம்" என்று கூப்பிட்டார் கிழவர்.

பதிலில்லை.

'நர்ஸைக் கொண்டுபோய் வீட்டில் சேர்த்துவிட்டுப் படுக்கிற பொழுது மணி இரண்டு அடித்திருக்கும். அசந்து தூங்குகிறான் பாவம் . . .'

கொம்பை வைக்கோல் அழியில் முட்டிமோதும் ஓசை கேட்டது.

'இந்த விஷமம் இரண்டுக்கும் கிடையாதே! புதிய பாடமோ . . ?'

கிழவர் வெற்றிலையை மென்றுகொண்டே தொழுவத்துக்கு வந்தார். இருளின் திட்பம் ஒரு சொல்லுக்குக் குறைந்து மெல்லிய கறுப்புத் திரை போர்த்தியது போலிருந்தது. உத்திரக் கட்டையைத் துழாவித் தீப்பெட்டியை எடுத்து அரிக்கன் லாந்தரை ஏற்றினார்.

கன்றுக்குட்டியின் கூண்டையொட்டி, கறவைமாடு நின்றுகொண்டிருந்தது. அறைச் சுவரையொட்டி, சினைமாடு நின்றுகொண்டிருந்தது. இரண்டு மாட்டுக்கும் நடுவில் கூரையிலிருந்து லாந்தர் தொங்கியது. தரையில் கிழவர் நின்றுகொண்டிருந்தார்.

லாந்தரின் இலேசான அசைவில் மாடுகளும் கிழவரும் கருநிறம் பூண்டு சுவரில் குறுக்கும் மறுக்கும் ஓடிக்கொண்டிருந்தார்கள். கிழவர் லாந்தரைத் தொட்டு ஆட்டத்தை நிறுத்தினார்.

கறவைமாட்டுக்கு மடுவில் பால் குத்த ஆரம்பித்துவிட்டதால் தொடர்ந்து அலறிற்று. கிழவர் குனிந்து பார்த்தார். காம்புகள் 'உன்னைப் பார் என்னைப் பார்' என்றிருந்தன.

கூண்டினுள் முன்னுடம்பு தணியும்படி காலை அகல விரித்து மூஞ்சியைக் கம்பழிக்குள் துருத்திக்கொண்டிருந்தது கன்று. இந்தப் 'போஸைக்' கண்டாலே அசாத்திய கோபம் மூளும் கிழவருக்கு. வேறு எதற்கோ செல்லும் பாவனையில் அதன் பக்கம் நெருங்கி கரிய மூக்கில் நறுக்கென்று சுண்டி விட்டுவிடுவார். இரண்டு நிமிஷம் கழித்துப் பார்த்தால் மீண்டும் மூஞ்சியைத் துருத்திக்கொண்டு தான் நிற்கும் அது. கறவை மாடு நின்ற நிலையில் அதன் மடுவுக்கும் கன்றின் மூஞ்சிக்கும் நாலு விரல்தான் இடைவெளியிருக்கும். ஆனால் அதற்கு மேல் ஒரு அங்குலம் பின்வாங்கக் கழுத்துக் கயிறு கறவை மாட்டுக்கோ ஒரு அங்குலம் முன்னேற அழிக்கம்பு கன்றுக்கோ இடம் தராது. இந்த நிலையை மிகவும் ரசிப்பார் கிழவர்.

கொம்பால் அழியைத் தட்டும் ஓசை மீண்டும் கேட்டது. சினைமாடுதான்!

கிழவர் இந்தப் பக்கம் வந்தார். கர்ப்பிணியை மேலும் கீழும் பார்த்தார். எல்லாம் விபரீதமாகப்பட்டது. அடிக்கொரு தரம் வைக்கோல் அழியைக் கொம்பால் தட்டுகிறது. நிலைமாற்றி நிலை மாற்றி நின்று, நிலைகொள்ளாமல் தவிக்கிறது. பின்னங் காலை உதறிற்று. இரவு வைத்த வைக்கோல் அப்படியே இருக்கிறது. கண் இமைகளில் ஈரம் படிந்து கன்னத்தில் ஈரக்கோடும் விழுந்திருக்கிறது.

வாலைத் தூக்கிப் பார்த்தார். மாசு தொங்கிவிட்டது. தீர்மானம் செய்துவிட்டார் கிழவர்.

மறுகணம் எக்களிப்போடு "சம்முகம், சம்முகம்" என்று கத்தினார். பதிலில்லை. குரலில் பதற்றம். மேற்கொண்டு என்ன செய்யவேண்டு மென்பதும் தட்டுப்படவில்லை. நின்ற இடத்திலிருந்து தன்னுணர்வில்லாமல் முன்னும் பின்னும் சென்றார்.

கயிற்றில் தொங்கிய லாந்தரை அவிழ்த்து எடுத்துக்கொண்டு ஒட்டுமாவைச் சுற்றி நெல்குத்துச் சாவடிக்கு நகர்ந்தார்.

சந்தோஷம் தாங்க முடியவில்லை. அவர் ஜோஸ்யம் பலிக்கப் போகிறது. அமாவாசை தாண்டாது என்பது அவருடைய கணிப்பு. நோவு எடுத்துவிட்டதே. மாதக் கடைசிவரை இழுக்கும் என்றான் சம்முகம். அவனுக்கு என்ன தெரியும்? வஜ்ர மடையன்.

கிழவர் அடிவைக்க வைக்க வலதுபுறத்தில் கிணற்றடியும் கம்பி வலைபோட்ட அடுக்களையும் ஸ்நான அறைக்குப் பின்னால் நின்ற ஐந்தாறு தென்னம்பிள்ளைகளும் விளக்கொளியில் புலப்பட்டன.

கொட்டகையின் ஒரு பக்கம்தான் சுவர். நாலு தூண்கள் மேல் எழுப்பிய கூரைதான் அது. மூலையில் பிரம்மாண்டமான கல்யாண ஆட்டுக்கல் யானைக்குட்டி படுத்திருப்பது போலிருந்தது. மறுபக்கம் கூரையில் முட்டும்படி விறகு அட்டி, தட்டு முட்டுச் சாமான்கள். பின்புறம் சுவரையொட்டி நாலைந்து அடுப்புகள். நெல்லைப் போட்டுக் குத்துவதற்குக் கொட்டகையின் நடுவில் அடுப்புக்கு முன்புறம் சமசதுரமான கல்லைத் தரையோடு தரையாய்ப் பதித்திருந்தது. கிழவர் விளக்கைத் தூக்கிப்பார்த்தார். கருங்கல்லில் தேங்காய்ப்பூ டவல் விரித்தபடியிருந்தது. டவலில் முதுகு அழுத்தத்தின் சுவடும் தெரிந்தது. அடுப்பின் மேல் சாய்வாக வைத்திருந்த பலகையில் தலை எண்ணெய் படிந்து உள்ளங்கை அகலத்துக்கு அழுக்கு அடையாய் அப்பியிருந்தது.

சம்முகத்தைக் காணவில்லை!

கிழவருக்கு ஏமாற்றமும் கோபமுமாக வந்தது. என்ன இது? மாட்டுக்கு வலியெடுத்துவிட்டது. எங்கே தொலைந்து போனான்? மடசாம்பிராணி. மனத்துள் திட்டி நொறுக்கினார். கோபத்தை நேரில் காட்ட முடியுமா? திரும்பக் காட்டிவிடுவான். ஆனால் சபேசய்யர் வருகிறார் என்றாலோ அரையோடு நீரைக் கழித்துவிடுவான். நர்ஸை வீடு கொண்டுபோய்ச் சேர்க்கப் போனவன் அப்படியே தொலைந்து போயிருப்பானோ?

சம்முகத்தை எழுப்பி, தனது ஹேஷ்ய சூட்சுமத்தையும் பிரதாபத்தையும் ஒரு பாட்டம் பாட எண்ணியவர் ஏமாந்து அடுக்களைப் பக்கம் சென்றார்.

அடுக்களையில்தான் செல்லம்மா படுப்பது வழக்கம். இருபது வருடமாக அந்தக் குடும்பத்தோடு ஒட்டிப்போன ஜீவன். கிழவர் கண்விழிக்கும் தறுவாயில் எழுந்திருந்து வெந்நீர் அடுப்பைப் பற்ற வைத்து அடுக்களை அடுப்பையும் மூட்டுவாள்.

இன்று என்ன, எல்லாம் விபரீதமாக இருக்கிறது. செல்லம்மாவும் எழுந்திருக்கவில்லையே!

கிழவர் அடுக்களைக் கம்பி வலைமேல் லாந்தரைத் தூக்கிப் பார்த்தார். வழக்கமாகப் படுத்திருக்கும் இடத்தில் செல்லம்மாவைக் காணவில்லை. அப்போதுதான் கிழவருக்கு நினைவில் தட்டிற்று. பிரசவ அறையில் படுத்திருப்பாள். பாவம் செல்லம்மா. தன் வயிற்றுப் பெண்ணுக்குப் பார்ப்பதுபோல் பார்த்தாள். கோயிலில்

வைத்துக் கும்பிட வேணும் செல்லம்மாவை. அவளுக்காகத்தான் கோமதி நேற்று தப்பிப் பிழைத்தாள். ஆமாம். அந்த மகராசிக்காக. அவள் கைராசி அப்படி. டாக்டரே மேலும் கீழும் பார்க்க ஆரம்பித்துவிட்டாரே. 'பகவானே, எனக்கு அபகீர்த்தி தேடித் தராதே. என்னை இந்த வீட்டைவிட்டுத் துரத்திவிடாதே' என்று செல்லம்மா புலம்பினாளே, அந்தப் புலம்பலுக்குச் செவிமடுத்து, அபகரித்த உயிரைத் திரும்பத் தந்துவிட்டது தெய்வம். ஒவ்வொரு தடவையும் இந்தப் பாடுதான் கோமதிக்கு. டாக்டர்தான் வரவேண்டும். ஆயுதம்தான் போட வேண்டும். ஒவ்வொரு தடவையும் 'போச்சு போச்சு' என்றிருக்கும். பன்னிரண்டு மணிக்குள்ளாக டாக்டர் நாலு தடவை வரும்படியாகிவிட்டதே. ஒருமட்டும் ஒரு மணிக்குக் குழந்தை இறங்கி வந்தது. ரத்தக் கசிவு ஜாஸ்தியாம். இரண்டு கையையும் மாறி மாறிச் சல்லடையாகத் துளைத்துவிட்டார்கள். இன்னும் ஒரு வாரத்துக்கு இமைக்குள் வைத்துப் பார்க்க வேண்டுமென்று சொல்லிவிட்டார் டாக்டர். யார் பார்க்கப் போகிறார்கள் இமைக்குள் வைத்து? பெற்ற தாயை மாடியில் உட்கார்த்தி வைத்திருக்கிறது ஐந்து வருடமாக. ஐந்து வருடமென்ன, அதற்கு மேலுமிருக்கும். துரதிர்ஷ்டம் பிடித்தவள். பிரசவ வேளையில்கூட பெற்ற பெண் பக்கத்திலிருந்து வயிற்றைத் தடவக் கொடுத்துவைக்கவில்லை. ம் . . . இப்பொழுது இவள் எழுந்திருக்க வேண்டுமே . . . எழுந்திருப்பது என்ன? எழுப்பிவிட்டுத்தானே கீழே உட்காருவாள் செல்லம்மா!

பச்சைக் குழந்தை 'வீல்' என்று கத்திற்று. கிழவர் சிரித்துக் கொண்டார். சம்முகம் கட்டிடத்தின் வலதோரமாக விறுவிறு என்று வருவதைப் பார்த்துவிட்டு, கட்டிடத்தின் இடதோரமாக நகர்ந்தார் கிழவர். அவனாகக் கண்டுபிடிக்கிறானா என்றுதான் பார்ப்போமே!

கொய்யாமரத்துக்கும் பலாமரத்துக்குமிடையே இருக்கும் தேன் கூட்டுக்கு முன்னால் வந்ததும் கிழவர் தலையைத் தூக்கிப் பார்த்தார். கட்டிடத்தின் அந்த இடத்தில் கீழே ஒரு பெட்ரூமும் மாடியில் ஒரு பெட்ரூமுமிருந்தன. கீழறையில்தான் தலைக்கு நாள் நடுநிசியில் கோமதி ஐந்தாவது பெண் குழந்தையைப் பெற்றெடுத்திருந்தாள். மாடியறைதான் பல ஆண்டுகளாகக் குஞ்சம்மாளுடைய உலகம். குஞ்சம்மா கட்டிலையொட்டி ஒரு சாளரம். அப்பொழுது சாளரக் கதவு சாத்தியிருந்தது.

கிழவர் கோமதி படுத்திருந்த அறைப் பக்கமாக வந்து சன்னலின் ஒரு பகுதியைத் திறந்தார். திறந்த இடத்தில் கோமதியின் முகம் தெரிந்தது. சன்னல் விளிம்பில் ஒரு மெழுகுவர்த்தியை ஏற்றிவைத்ததுபோல் முகத்தில் மட்டும் பிரகாசம் பரவிற்று. அறைக்குள் அப்பொழுதும் இருள் சன்னமாகத் தேங்கிக் கிடந்தது.

கோமதி கைகளைக் கட்டியபடி தூங்கிக்கொண்டிருந்தாள். இமைகள் பெரிதாய் சாத்தியிருந்தன. இரண்டு நிமிஷம் அவள் முகத்தையே பார்த்துக்கொண்டிருந்தார். தலைக்கு நாள் மாலையில் பின் வராண்டாவில் தலையைக் கோதிக்கொண்டிருந்த பெண்தானா இவள்? கிழவரால் நம்ப முடியவில்லை. என்ன மாற்றம்! ஒரே இரவில் குழந்தை மாதிரியாகிவிட்டதே முகம். முகத்தில்தான் என்ன பேதமை!

கால்மாட்டில் கட்டிலைச் சற்றுத் தூக்கி வைத்திருந்தது. மீண்டும் குழந்தையின் சிணுங்கல் கேட்டது.

"கோமதி" என்று ரகசியமாகக் கூப்பிட்டார் கிழவர்.

கோமதி அதிர்ச்சியடைந்து கண்விழித்ததைப் பார்த்த பொழுதுதான் கூப்பிட்டெழுப்பியிருக்க வேண்டாமென்று எண்ணினார் கிழவர்.

"என்ன தாத்தா, என்ன?" என்று பதறினாள் கோமதி.

"ஒண்ணுமில்லையம்மா, சும்மாத்தான். பசுவுக்கு வலியெடுத்திருக்கு" என்றார் கிழவர்.

குழந்தையின் சிணுங்கல் அழுகையாயிற்று.

"மாமீ, மாமீ" என்று கூப்பிட்டாள் கோமதி.

"செல்லம்மா, செல்லம்மா" என்று கூப்பிட்டார் கிழவர்.

தான் சொன்னது கோமதியின் காதில் விழவில்லையோ என்று சந்தேகப்பட்ட மாதிரி மீண்டும் ஒரு தடவை, "பசுவுக்கு நோவெடுத்திருக்கு. இன்னும் ஒரு மணி நேரத்தில் கன்று போட்டுவிடும்" என்றார்.

கோமதியின் முகம் சிலை மாதிரியிருந்தது.

செல்லம்மா எழுந்திருக்கும் ஓசை கேட்டது. அறையுள் ஒளி பரவிற்று. கட்டில் பக்கம் வந்தாள் செல்லம்மா. கை நிறைய வைத்துக்கொண்டிருந்த வெண்மையான துணிகளிடையே வெண்மையான இரு கால்களைக் கண்டார் கிழவர். உதட்டோரம் கன்னம்வரை விரிந்தது. மேல் வரிசையில் இரண்டு பற்கள் இல்லாத அதே இடத்தில் கீழ் வரிசையிலும் இரண்டு பற்கள் இல்லை கிழவருக்கு. அவர் சிரிக்கிறபொழுது மேலும் கீழுமாக இடைவெளியைப் பார்ப்பதில் ஏற்படும் அனுபூதியை அனுபவித்தவர்கள் அத்தகைய தருணத்திற்காகக் காத்திருந்து வாய்க்கிற பொழுதை வீணாக்க மாட்டார்கள். கோமதி கிழவருடைய வாயைப் பார்த்துக்கொண்டிருந்தாள்.

குழந்தையைப் பக்கத்தில் கிடத்தினாள் மாமி. மார்பிலும் கையிடுக்கிலுமாகப் புதைந்தது குழந்தை. அழுகையும் அவரோ கணத்தில் தேய்ந்தது.

தன்னுடைய பேச்சை ஓரளவேனும் செவிகொடுத்துக் கேட்கும் கோமதியும் அவள் அப்பாவைப் போலாகிவிட்டாளா என்ன? கிழவர் நம்பிக்கையிழக்காமல் மீண்டும் சொன்னார்:

"பசுவுக்கு வலியெடுத்திருக்கு. இந்த தடவையாவது கிடாரி பிறக்குமின்னு நினைக்கிறேன்."

பதில் பேசவில்லை கோமதி.

கிழவருக்கு ஒரே ஏமாற்றம். இரண்டு பக்கமும் திரும்பித் திரும்பிப் பார்த்துக்கொண்டார். சிறிது நேரம் கழித்து, "ஒரு மட்டும் செத்துப் பிழைத்தாய்!" என்றார்.

"பிழைத்திருக்க வேண்டாம்" என்றாள் கோமதி.

உள்ளங்கால் வழி மின்சாரம் பாய்ந்து உடம்போடு தலை வரை ஓடியது கிழவருக்கு.

"ஏண்டி பெண்ணே இப்படிப் பேசறே?" என்றார் கிழவர்.

கோமதியின் கன்னத்தில் கண்ணீர் வடிந்தது.

கிழவருக்கு விஷயம் மங்கலாகப் புரிய ஆரம்பித்தது.

"அழாதே, ஈச்வர சங்கல்பம்" என்று சொல்லிக்கொண்டே மெதுவாகச் சன்னலைச் சாத்தியவர் மீண்டும் திறந்து, "பசு கன்னு போட்டதும் வந்து சொல்றேன்" என்று சொல்லிவிட்டு அவள் முகத்தையே பார்த்தார்.

அப்பொழுது நடு ஹாலில் அலாரம் அடிப்பதும் அதைத் தொடர்ந்து, "யாரது அங்கே? என்ன சத்தம்?" என்று சபேசய்யர் அதட்டும் குரலும் கேட்டன.

"தாத்தாதான் அப்பா" என்றாள் கோமதி. அதற்கு மேல் அங்கு நிற்காமல் மடமடவென்று பின்வாங்கினார் கிழவர்.

தரை வெளுக்க ஆரம்பித்துவிட்டது. கிழக்கிலிருந்து கிரணங்கள் தங்க ஊசிகள்போல் காம்பௌண்டுச் சுவரைத் தாண்டி கொய்யா மரத்தில் விழுந்துகொண்டிருந்தன.

கிழவர் தேன்கூட்டுப் பக்கம் வந்ததும் மீண்டும் தலையைத் தூக்கிப் பார்த்தார். அப்போதும் சாளரக்கதவு சாத்தியிருந்தது.

"குஞ்சம்மா, குஞ்சம்மா" என்று கூப்பிட்டார் கிழவர்.

சுந்தர ராமசாமி

தாழ்ப்பாளை அகற்றும் ஓசை. சாளரக் கதவு திறந்தது. குஞ்சம்மாள் தலையை வெளியே நீட்டினாள்.

குஞ்சம்மாள் பல வருடங்களாக மாடியில்தான் அடைந்து கிடந்தாள். டி.பி. என்று டாக்டர்கள் சொன்னார்கள். ஆனால் கிழவர் இருமல் என்றுதான் சொல்லுவார். வீட்டுக்கு வருகிறவர்களிடமெல்லாம் 'என் மனைவிக்கு டி.பி., என் மனைவிக்கு டி.பி.' என்று சபேசய்யர் சொல்லுவது கிழவருக்குப் பிடிக்காது. 'என் பெண்ணுக்கு இருமல்' என்றுதான் அவர் சொல்லுவார். சபேசய்யரும் அப்படிச் சொன்னால் போதுமென்பது கிழவருடைய அபிப்ராயம். இதை வியாஜமாக வைத்தே மாமனாருக்கும் மாப்பிளைக்கும் லடாய் மூளும்.

சபேசய்யரின் மருத்துவ ஞானம் குஞ்சம்மாளை மாடியில் ஒதுக்கித் தள்ளிவிட்டது. வியாதிக்காரி போலவா இருப்பாள் குஞ்சம்மாள்? ஜம்பர் கை நுனியில் சதை பிதுங்கும். யாராவது பார்த்தால் 'மாராசி உடல் அசையாமல் தின்று கொழுத்திருக்கிறாள்' என்பார்கள். சீவி முடிந்த தலை. நிறைய ஜரிகை போட்ட காஞ்சீபுரம் பட்டுச் சேலை. வைர மூக்குத்தியையும் தோட்டையும் அடிக்கடிக் கழற்றித் துடைத்துக்கொண்டிருப்பாள். உடம்பு காகித வெளுப்பு. சில சமயம் வறட்டு இருமல் கிளம்பி விட்டதென்றால் சிரட்டையைப் பாறைமேல் தேய்ப்பது மாதிரி சொர சொரவென்று இருமித் தள்ளிவிடும். குளிமுறையன்று மட்டும் கீழே வருவாள். வாரத்தில் ஒருநாள் ஸ்நானம். குளித்துவிட்டு மாலைவரை கீழே உட்கார்ந்திருப்பாள். அப்பாவுடைய மாட்டுப் பைத்தியம் பெண்ணுக்கும் சிறிது உண்டு. மாட்டை அவிழ்த்துக்கொண்டு வந்து துளசி மாடம் பக்கம் நிறுத்திக் காட்டுவார்கள். மாலையில் மீண்டும் மாடிக்குள் புகுந்துவிடுவாள் குஞ்சம்மா.

விடியற்காலம் ஆறரை மணிக்குக் கிழக்கு வெயிலடிக்கையில் ஏற்றிய லாந்தருடன் அப்பா நிற்பதை விழிபிதுங்கப் பார்த்தாள் குஞ்சம்மா.

"இதென்ன கோலம் அப்பா?"

"குஞ்சம்மா, விசேஷம் தெரியுமோ?"

"என்னப்பா, என்ன விஷயம்?"

"பசுவுக்கு நோவெடுத்திருக்கு. இன்னும் ஒரு மணி நேரத்தில் கன்னு போடும்."

"அப்பா, கோமதிக்குத் திரும்பவும் பெண் குழந்தைதானா பிறக்கணும்? நமக்கு ஏன் இந்தச் சோதனை?"

கிழவர் தேன்கூட்டைப் பார்த்துக்கொண்டிருந்தார். ஒவ்வொரு ஈயாகக் கூட்டின் முற்றத்திற்கு வந்து, ஒரு கணம் தயங்கிவிட்டுச் சட்டென்று உயரப் பறந்தது.

கிழவர் தேனீயைப் பார்த்தபடியே தலையைத் தூக்காமல் மெல்லிய குரலில் சொன்னார்:

"இந்தத் தடவையாவது கிடாரி போடும்னு நினைக்கிறேன். ஈச்வர சங்கல்பம் எப்படி இருக்கோ தெரியலை."

"அதிர்ஷ்டம் கெட்ட பெண். வரிசையா நாலு பெண் பிறந்தாச்சே போறாதோ? இந்தத் தடவையும் இப்படியாகும்னு நான் நினைக்கவே இல்லை. நேத்து ரா முச்சூடும் கண்ணைக் கொட்டலை நான். அது பிறந்த வேளை. தலையெழுத்துக் கட்டை. யார்தான் என்ன செய்ய முடியும்?" என்றாள் குஞ்சம்மா.

"இதுவரையும் பிறந்த ஒரு கன்னையாவது வீட்டோடெ வச்சுக்கலை. தவிட்டு விலைக்குப் பத்திண்டு போகச் சொல்லிட்டார் மாப்பிள்ளை. எனக்குத்தான் வயத்தெ எரிஞ்சுது. எதிரே நின்னு ஒருவார்த்தை சொல்ல முடியுமோ? துர்வாசர் சதா மூக்கிலே நின்னுண்டிருப்பர். 'காளைக்கன்னை வச்சிண்டு சாணம் வாரிண்டிருக்கப் போறேரோ'ன்னு ஒரு வார்த்தை கேட்டுட்டா வாயடைச்சுப் போயுடுமே. என்ன செய்வே சொல்லு? வாஸ்தவந்தானே! நமக்கென்ன வயலா கரையா வண்டியா? ஆனால் இந்தத் தடவை நான் சொல்றேன் குஞ்சம்மா, நீ வேணாப் பாத்துக்கோ, எப்படியப்பா இப்படிச் சொன்னே பொட்டுப் போட்டாப்லெனு கேக்கப்போறே. கிடாரிதான் பிறக்கப்போறது. ஆமாம். கிடாரிதான் பிறக்கப்போறது" என்றார் கிழவர்.

"நான் ஒண்ணெச் சொல்றேன், நீர் வேறெதையோ சொல்றேரே?" என்றாள் குஞ்சம்மா.

கிழவர் அதற்குப் பதில் சொல்லவில்லை. தேன்கூட்டின் வாசலையும் மங்கி எரிந்துகொண்டிருந்த லாந்தரையும் மாறி மாறிப் பார்த்துக்கொண்டார்.

கிழவர் இரண்டு எட்டு வைத்துவிட்டுத் திரும்பிப் பார்த்தபோது குஞ்சம்மா தலையைக் காணவில்லை.

"குஞ்சம்மா, குஞ்சம்மா" என்று மீண்டும் கூப்பிட்டதும் மாடியில் தலை முளைத்தது.

"டப்பா காலி" என்றார் கிழவர்.

"ஓமப்பொடி பிழிஞ்சிருக்கு, போட்டுத் தரச் சொல்றேன்."

கிழவர் தலையைச் சரித்துக்கொண்டு யாருக்கோ சொல்வது போல் சொன்னார்:

“குஞ்சம்மா, வருத்தப்படாதே. எல்லாம் ஈச்வர சங்கல்பம். இதெல்லாம் நம்ம கையிலே இல்லை. அவன் பிறக்கணும்னு நெனக்கறதுதான் பிறக்கும். இப்பொ நான் கிடாரி பிறக்கும்னு சொல்றேன். நான் சொல்றேங்கறதுக்காக பிறந்திடாது; அவன் நினைக்கணும். ஆனா அவன் இந்த தவா கிடாரி பிறக்கும்படியாத் தான் நினைப்பாங்கற நம்பிக்கை இருக்கு எனக்கு. எப்படினு கேப்பே? பதில் கிடையாது. நம்பிக்கை. அவ்வளவுதான் . . .”

கிழவர் பேசிக்கொண்டே போனார்.

குஞ்சம்மா தலையை இழுத்துக்கொண்டாள்.

தொழுவத்தில் மாடு அலறும் ஓசை கேட்டது. கிழவர் வேகமாக முன்னேறும் பாவனையுடன் தொழுவத்தை நோக்கி நகர்ந்தார்.

கிழவர் தொழுவத்துக்கு வருகிறபொழுது சம்முகம் பால் கறந்துகொண்டிருந்தான்.

லாந்தரை அணைத்துக் கயிற்றில் கட்டிக்கொண்டே, “ஏய் சம்முகம், ராத்திரிப்பூரா இருமல் கேட்டுதே. பனிலெ சளி புடிச்சுண்டிருக்கோடா?” என்று கேட்டுவிட்டு அடக்க முடியாமல் சிரித்தார். சம்முகம் கிழவர் வாயைப் பார்த்துவிட்டுத் தலையைக் குனிந்துகொண்டான்.

“நர்ஸம்மாவை கொண்டுபோய் வீட்டிலே தள்ளிப்போட்டு அப்படியே சுசீந்தரத்தைப் பார்த்து நடையைக் கட்டினேன். நேத்து ரிஷப வாகனமில்லா. பெரிய வாசிப்பு” என்றான் சம்முகம்.

கிழவர் அவன் பக்கத்தில் வந்து கண்களில் விஷமம் பொங்க, “ஏய் சம்முகம், ‘கீப்’ ஏதாவது வச்சிருக்கியோ ‘கீப்’?” என்றார்.

“போங்க சாமீ” என்று சிரித்தான் சம்முகம்.

கிழவர் திடீரென்று குரலை ஏற்றிக்கொண்டு, “டேய், ஆனை மடையா, வஜ்ரசும்பா, இருளடிச்சுப் போச்சோடா உன் கண்ணிலெ” என்று கத்தினார்.

குரலில் மிடுக்கு, போலித்தனம்.

பால் செம்பைப் பதனமாக மூலையில் வைத்துவிட்டு, கண்கள் விரிய, இமைக்காமல் கிழவரைப் பார்த்தான் சம்முகம்.

“அட சாம்பிராணி மடையா” என்று கத்தினார் கிழவர்.

சம்முகத்துக்கு ஒன்றுமே புரியவில்லை. தலையைச் சாய்த்துக்கொண்டு, பிடரியைச் சொறிந்தபடி 'எதையாவது மறந்து போனோமா' என்று யோசித்தான்.

"விரிசம் பழம், விரிசம் பழம்" என்று சொல்லிக்கொண்டே சினைமாட்டுக்குப் பக்கத்தில் சென்று நின்றுகொண்டு, "இங்கே வா" என்று கூப்பிட்டார்.

சம்முகம் வந்தான்.

"குருட்டுக் கண்ணைத் திறந்து பாரு" என்றார் கிழவர்.

சம்முகம் இரண்டு நிமிஷம் மாட்டைக் கூர்ந்து பார்த்தான். விஷயம் பிடிபட்டது.

"வலி கண்டுடுச்சுப் போலிருக்கே" என்றான்.

"என்னது?"

"வலி கண்டுடுச்சு."

"வலி கண்டுடுத்து இல்லையா! அடேயப்பா, எப்படியடா சம்முகம் சொல்லிப்புட்டே? அந்த வித்தெயெ கொஞ்சம் சொல்லித் தாடா எனக்கு." குத்தலான குரலில் சொல்லிக்கொண்டே வந்து குரலை மாற்றி, "டேய் வலி கண்டுடுத்துனு அந்த ரூமிலே இருந்தமேனிக்குத் தெரிஞ்சுண்டுதானேடா நான் எழுந்து வந்தேன். கூப்பிட்டுச் சொல்லித்து எங்கிட்டெ! நீயெல்லாம் 'காளை பெத்துதின்னா கயிறு எடு'னு சொல்ற ஜாதி. மாடில்லாத ஊரிலே பிறந்தவன். இன்னிக்குக்கன்னு போட்டுடுமாம். கண்டுபிடிச்சுச் சொல்லிப்புட்டான் பிரகஸ்பதி!" குரலையும் வலித்து, முகத்தையும் வலித்தார் கிழவர்.

சம்முகத்துக்கு முகம் தொங்கிப்போய்விட்டது. கிழவர் மேலும் வெற்றிவாகை சூடிக்கொண்டே போனார்.

"நீ என்ன சொன்னே? இந்த மாசம் கடைசிலேதான் பார்க்கணுமின்னே. நான் என்ன சொன்னேன்? அமாவாசை தாண்டினா உன்னைத் தூக்கிண்டு இந்த வீட்டைச் சுத்தி நாலுதரம் வரேன்னு சொன்னேன். சொன்னேனா? என்னாச்சு? என்னடாய்யா பேச்சு மூச்சில்லெ? வெத்தலை போட்டுண்டிருக்காயோ?"

சம்முகத்துக்கு அவமானம் தாங்கமுடியவில்லை.

சிரித்துக்கொண்டே அவசியமில்லாமல் அங்குமிங்கும் சென்றார் கிழவர். சம்முகத்தை வெற்றிகொண்ட பெருமிதம் முகத்தில் விளையாடிற்று.

"என்னுது நின்னுண்டிருக்கே, சோளக் கொல்லை பொம்மை மாதிரி? சரசரன்னு ஜோலியைப் பாரு. சாணத்தை அள்ளிப்போடு. ரெண்டு சாக்குத் துண்டு எடுத்துண்டு வா. கொஞ்சம் பொடி வைக்கோலைச் சுருட்டி வச்சுக்கோ. மொண்ணைக் கத்தி ஒண்ணு வச்சிண்டிருந்தாயே, அதெ சித்தெ தீட்டிக்கறயா? கன்னு பிறந்து விழுந்ததுமே சித்ரவதை ஆரம்பிக்க வேண்டாம்."

"இந்தத் தடவையாவது கிடாரி பிறக்கும், சாமீ" என்றான் சம்முகம்.

"சந்தேகப்பட்டு சந்தேகப்பட்டு அழுதுவழியாதேன்னு எத்தனை தடவைதான் சொல்றது? நம்புடா, பிறக்கும். நான் சொல்றேன். இந்தத் தவா கிடாரிதான் பிறக்கப்போறது. அப்படிப் பிறக்காட்டா, இதோ பாரு, என்னை இப்படிச் சொடக்குப் போட்டுக் கூப்பிடு." கிழவர் சொடக்குப் போட்டுக்கொண்டே நாலு வீடு கேட்கும்படி இரைந்தார். உற்சாகம் கரை புரண்டு விட்டது.

சம்முகம் மடமடவென்று வேலையைக் கவனித்தான். கிழவர் தொழுவத்தில் உட்கார்ந்துவிட்டார்.

கிணற்றடியிலிருந்து வாளியை எடுத்துக்கொண்டு வருகிறபொழுது சம்முகம் கிழவர் பக்கம் மிகவும் நெருங்கி வந்து, "இருந்தாலும் இந்தத் தாவவும் கோமதியம்மைக்குப் பொட்டைப்புள்ளே பொறக்கணுங்குதில்லே. அய்யருக்கு ரொம்ப வருத்தம். அசந்துபோயிட்டாரு அசந்து" என்று சொல்லிக் கொண்டே வாளியைக் கீழே வைத்தான்.

"அம்புட்டும் கண்டே, போடா போ" என்றார் கிழவர்.

"உடனே அப்படிச் சொல்லிப்புட்டேளே. நானும் பதினொரு வருசமாட்டு இதுக்குள்ளேதாலா லாந்திக்கிட்டு வாறேன். அய்யரு 'நேச்சர்' எனக்கும் கொஞ்சம் கொஞ்சம் தெரியும்னு வையுங்க."

"ஆமாம் நான் பிறக்கறதுக்கு முந்தியே நீ இங்கேதான் இருக்கே. மாட்டுக்கு வலியெடுத்ததெ பாக்கத் தெரியலெ, அளக்கறான்."

அசப்பில் மாட்டுப் பக்கம் திரும்பிய கிழவர், "டேய், மாடு படுத்தாச்சு. சாக்குத் துண்டெ எடுத்துண்டு வா. ஓடு" என்று கத்திக்கொண்டே மாட்டுப் பக்கம் விரைந்தார்.

அதே சமயம் கட்டிடத்தின் முன் பகுதியிலிருந்து "சம்முகம், சம்முகம்" என்று இரண்டரைக் கட்டையில் சபேசய்யர் குரல் கேட்டது.

சம்முகம் வாசலைப் பார்த்து ஓடினான்.

குழந்தைகள் எழுந்திருக்கும் சமயம் அது. பாயைச் சுருட்டிப் பாய்த் தூக்கில் வைப்பதற்காகச் சம்முகத்தை அந்த நேரத்தில் சபேசய்யர் கூப்பிடுவது வழக்கம்தான்.

குழந்தைகள் வரிசையாக நடு ஹாலில் படுத்திருப்பார்கள். கோமதியின் பெண் குழந்தைகளில் சச்சு, பங்கஜம், கனகம் மூன்று பேரும் அம்மாவுடன் வந்திருந்தார்கள். மூத்த பெண் அன்னபூர்ணி மட்டும், படிப்பு வீணாக வேண்டாமென்ற எண்ணத்திலும், கூப்பிட்ட சத்தத்திற்கு என்ன என்று கேட்பதற்கும் அப்பாவுடன்தான் இருந்தாள்.

சபேசய்யரின் பிள்ளை வயிற்றுப் பேரன் வெங்குவின் தாயார் பிரசவத்திற்குத் தாய்வீடு சென்றிருந்தாலும் அவன் இங்கேதான் இருந்தான். செல்லம்மாவிடம் நல்ல ஒட்டுதல். அவனுடைய அப்பா சீட்டாடக் குற்றாலம் சீசனுக்குச் சென்றிருந்தார்.

குழந்தைகளில் பங்கஜமும் வெங்குவும் ஒரு ஜோடி. சேர்ந்தே திரிவார்கள். சச்சுவும் கனகமும் மற்றொரு ஜோடி.

வெங்கு பிறந்த மேனிக்கு பங்கஜம் பின்னால் திரிந்து கொண்டிருப்பான். அரையில் துணியோடு அவனைப் பார்க்க முடியாது. நிஜாரைப் போட்டால் மறுகணம் அதை அவிழ்த்துத் தோளில் போட்டுக்கொள்வான். அப்படியிருப்பதில் அவனுக்குப் பேரானந்தம். அதோடு அவனுடைய இரட்டை மாடி பஸ்ஸை அரைஞாணில் கட்டிக்கொள்ளவும் நிஜார் போடுவது இடைஞ்சலாக இருந்தது.

குழந்தைகள் நால்வரும் தலைக்கு நாள் இரவு வேதனைக் குரலையும் அலறலையும் கேட்டபடியே தூங்கியவர்கள். ஏழு மணிக்கெல்லாம் இடுப்பு வலி எடுக்க ஆரம்பித்துவிட்டது. அதற்கு முன்னாலேயே அம்பிப்பாப்பா பிறக்கப் போகிறது என்ற பேச்சு அடிக்கடி அடிபட்டுக்கொண்டிருந்தது.

அறையிலிருந்து கிளம்பிய ஓலம் அலை அலையாய் வீடு முழுவதும் பரவிற்று. குழந்தைகள் இருளடித்த முகத்தோடு வளைய வந்தன. அவசரமாக அங்குமிங்கும் பாய்ந்துகொண்டிருந்த பெரியவர்களை வழியில் இடைமறித்துப் பேசவும் முடியவில்லை அவர்களால்.

பங்கஜமும் வெங்குவும் சாத்தியிருந்த அறைக்கதவு முன்னால் நின்று செல்லம்மா மாமி வருகிறாளா என்று காத்துக் கொண்டிருந்தனர். இரண்டு தடவை நர்ஸ் வெளியே வந்தபோதும் மலையாளத்தில் பேசி விரட்டிவிட்டாள். அவள் கண்முன்னால் விலகிக்கொண்டு, உள்ளே மறைந்ததும் பழையபடி கதவண்டை வந்து நின்றுகொண்டார்கள் குழந்தைகள்.

100   சுந்தர ராமசாமி

காலால் கதவைத் தள்ளிக்கொண்டு ஒரு பெரிய 'பேஸின்' பாத்திரத்தைக் கையிலேந்தியபடி பிரத்யக்ஷமானாள் மாமி.

இரண்டு குழந்தைகளும் பின்னால் சென்றார்கள்.

"அம்பிப் பாப்பா பிறந்தாச்சா மாமீ?" என்று கேட்டாள் பங்கஜம்.

"இன்னும் பிறக்கலடி, நீங்க ரெண்டுபேரும் படுத்துண்டு தூங்குங்கோ. காலம்பற அம்பிப் பாப்பாவைக் காட்டறேன்" என்றாள் மாமி.

உடனடியாகக் குழந்தையைப் பார்க்கலாமென்றுதான் வெங்கு எண்ணியிருந்தான். மாமியின் பதில் ஏமாற்றமாக இருந்தது. அவன் கிழவி மாதிரி முகத்தை வைத்துக்கொண்டான். மாமி ஏமாற்றத்தைப் புரிந்துகொண்டு சொன்னாள்:

"டேய், பங்கஜத்துக்கு அம்பிப் பாப்பா பிறக்கும். நாளைக்கு பாயாசமுண்டு."

"பால் பாயாசமா" என்று கேட்டான் வெங்கு.

"ஆமாம், பால் பாயாசம்தான். நிறைய சர்க்கரைபோட்டு" என்றாள் மாமி.

பங்கஜம் படுக்கச் சென்றாள். வெங்குவும் பின்னால் சென்றான். படுத்ததும் தூங்கிப்போனார்கள் இருவரும்.

அம்பிப் பயலைப் பார்த்துவிட்டுதான் தூங்குவது என்று கங்கணம் கட்டிக்கொண்டது போல் கண்ணைக் கசக்கியபடியே வளைய வளைய வந்தார்கள் சச்சுவும் கனகமும். கோமதி அலறுகிறபொழுதெல்லாம் சச்சுவுக்குத் தூக்கித்தூக்கிப் போட்டது. எக்கச்சக்கமாய் சபேசய்யர் முன்னால் போய் விழுந்துவிட்டால் படுக்கையில் பிடித்துத் தள்ளிவிடுவாரேயென்ற பயத்தில் அவருக்கு டிமிக்கி கொடுத்துக்கொண்டே இருவரும் சுற்றிச்சுற்றி வந்தார்கள். தூக்கம் இமையை அழுத்தித் தலையைக் கிறுக்கிய பொழுது சச்சு குழாயடிக்குச் சென்று குளிர்ந்த நீரை முகத்தில் விட்டுக்கொண்டாள். அதை அப்படியே காப்பியடித்தாள் கனகம்.

பின்னால் காலரவம் கேட்டுத் திரும்பிப் பார்த்தபோது சபேசய்யர் நின்றுகொண்டிருந்தார். இருவருக்கும் உடம்போடு வெலவெலத்தது.

"இன்னுமா முழிச்சுண்டிருக்கேள், ஏண்டி?" என்று கேட்டார் சபேசய்யர்.

"அம்பிப் பாப்பாவைப் பார்க்கணும்" என்றாள் கனகம்.

பிரசாதம்

சபேசய்யர் சிரித்துக்கொண்டார்.

"அம்பிப் பயலை காலையிலே பார்க்கலாம்மா. இப்பொ ரெண்டு பேரும் படுத்துண்டு தூங்குங்கோ" என்றார்.

இரண்டு குழந்தைகளும் சேர்ந்து நடந்தன. சபேசய்யர் கைகளிரண்டும் குழந்தைகளின் தோள்களில் தொட்டும் தொடாமலும் படுக்கைவரை வந்தன.

படுக்கையில் படுத்த பின்பும் அறையிலிருந்து எழுந்த பேரொலி குழந்தைகள் மனத்தைத் தாக்கி, பீதியைக் கிளறிவிட்டுத் தூங்கவிடாமல் வருத்திற்று. சச்சு பக்கத்தில் மிக நெருங்கிப் படுத்துக்கொண்டு அவள் கையைப் பற்றிக்கொண்டாள் கனகம். ஒருதடவை கோமதியின் அவலக்குரல் மிகப் பயங்கரமாக எழவே, "சச்சு, அம்மா செத்துப் போவாளோ?" என்று கேட்டாள் கனகம்.

"மாட்டா, அம்பிப் பயல் பிறக்கப்போறான்" என்றாள் சச்சு.

"அம்பிப் பயல் பிறந்தப்புறம் அம்மா செத்துப்போனா, அம்பிப் பயலுக்கு அம்மா இருக்கமாட்டாளே?"

"அம்பிப் பயலுக்காக அம்மா செத்துப்போகமாட்டா" என்றாள் சச்சு.

இந்தப் பதில் கனகத்துக்கு மிகுந்த திருப்தியைத் தந்தது.

சிறிது நேரத்தில் அவள் தூங்கிப்போனாள்.

அதற்குப் பின்பும் சச்சுவால் தூங்க முடியவில்லை. இரவு பதினொரு மணிக்குமேல் 'ஐயோ, அம்மா' என்ற கூப்பாடு வலுத்தது. அடிக்கொருதரம் 'என்னடா, என்னாச்சு?' என்ற குரல் மாடியிலிருந்து கேட்டுக்கொண்டிருந்தது. மீண்டும் டாக்டருக்கு போன் பண்ணினார் சபேசய்யர். சம்முகம் கடைத் தெருவுக்கும் வீட்டுக்குமாக ஓடிக்கொண்டிருந்தான். அறைக்குள் ஏக களேபரமாக இருந்தது. சபேசய்யர், சாத்தியிருந்த கதவு முன்னால் நின்றுகொண்டு, 'டாக்டர், டாக்டர்' என்று கூப்பிட்டார். டாக்டர் வெளியே வரவில்லை. கதவு திறக்கப்படவில்லை.

தாயின் வேதனைக் குரல் மனத்தைத் தாக்கியபொழுது, கண்ணீர் உகுத்தாள் சச்சு. தலையணையை வாயினுள் திணித்துக் கொண்டு முகத்தைப் புதைத்தபடி தேம்பினாள். பின்னால் அவளும் சோர்ந்து நித்திரையில் ஆழ்ந்துபோனாள்.

தாயின் துன்பக் குரலலைகள்தான் காலையில் எழுந்ததுமே மனத்தில் எதிரொலித்துக் கொண்டிருந்தன குழந்தைகளுக்கு. மூன்றுபேரும் எழுந்து பாயில் உட்கார்ந்து, தாயின் கூக்குரல் கேட்கிறதா என்பதை முதலில் ஆராய்ந்து பார்த்துக்

கொண்டார்கள். அப்போது பச்சிளம் குழந்தையின் சிணுங்கல் கேட்டது. முகமெல்லாம் சிரிப்போடு ஒருவர் முகத்தை ஒருவர் பார்த்துக்கொண்டார்கள். கண்களில் ஒளி கூடி, களை வழிந்தது முகத்தில்.

சச்சு, சாத்தியிருந்த அறைக் கதவை நோக்கி ஓடினாள். பங்கஜமும் கனகமும் பின்னால் பாய்ந்தார்கள்.

வெங்கு எழுந்திருந்து தலைமாட்டில் அவிழ்த்துப்போட்டிருந்த இரட்டை மாடி பஸ்ஸை மீண்டும் அரைஞாணில் கட்டிக்கொண்டு பாயாசம் தயாராகிவிட்டதா என்று பார்க்க அடுக்களைக்குச் சென்றான்.

அறைக் கதவு இலேசாகத் திறந்திருந்தது. சச்சு இடுக்கு வழியாகப் பார்த்தாள். குழந்தையின் கால்கள் தெரிந்தன. முக்காலியில் வைத்திருந்த தர்மாஸ் பிளாஸ்க் குழந்தையின் முகத்தை மறைத்தது.

"அம்பிப் பாப்பா, அம்பிப் பாப்பா" என்று களிப்புடன் ஓசையெழாமல் கையைத் தட்டினாள் சச்சு. அவளுக்கு நிலை கொள்ளவில்லை. அவளை இடித்துத் தள்ளிக்கொண்டு பார்த்தாள் பங்கஜம். கனகம் பார்த்துவிட்டு, "அம்பிப் பாப்பா கால் வெண்ணெய்க் கட்டியாட்டமா இருக்கு. ஐயோடி! எனக்குத் தொட்டுப் பாக்கணும்" என்றாள்.

குழந்தைகள் ஆசை தீராமல் ஒருவரையொருவர் இடித்துத் தள்ளியபடி, மாறி மாறிப் பார்த்துக்கொண்டிருந்தனர்.

"யாருடீ அங்கே?"

குரல் இடிபோல் முதுகில் பாயவே, திடுக்கிட்டுத் திரும்பிப் பார்த்தார்கள். சபேசய்யர் நின்றுகொண்டிருந்தார்.

"கழுதைகளா, அங்கே என்னுது எட்டி எட்டிப் பார்க்கிறேள்?"

மூன்று பேருக்கும் வாய் கட்டிவிட்டது.

"என்னதுடீ, என்னது?"

"அம்பிப் பயலைப் பார்க்கறோம்" என்றாள் பங்கஜம்.

"அம்பிப் பயலை பாக்கறேளாக்கும்!" ஒரு இழுப்பு, ஒரு வலிப்பு. குழந்தைகளுக்குப் புரியவில்லை.

மூன்றும் தலையாட்டின.

"அம்பிப் பாப்பா, மண்ணாங்கட்டிப் பாப்பா, தெருப்புழுதிப் பாப்பா . . . போங்கோடி இங்கிருந்து."

மூன்றும் பின்கட்டை நோக்கித் தெறித்தன.

வெங்கு அடுக்களையில் நிலையையொட்டி விசுப்பலகையை எடுத்துப் போட்டுக்கொண்டு நிர்வாணமாகப் பத்மாசனத்தில் அமர்ந்திருந்தான். இரட்டைமாடி பஸ் நிலைக்கு அந்தப்பக்கம் நின்றது. இடுப்புக்கும் பஸ்ஸுக்குமான நூல் கயிறு அரையடி உயரத்தில் நிலை வாசலுக்குக் குறுக்கே பாலம் போட்டிருந்தது. செல்லம்மாள் ஒவ்வொரு தடவையும் கயிற்றைத் தாண்டியபடியே அந்தப் பக்கமும் இந்தப் பக்கமும் போய்க்கொண்டிருந்தாள்.

சச்சு, பங்கஜம், கனகம் மூன்றுபேர்களும் முகத்தைத் தொங்கப் போட்டபடியே அடுக்களை வந்து சேர்ந்தார்கள்.

அவர்களைக் கண்டதும் “பாயாசம் இன்னும் ஆகலை” என்றான் வெங்கு.

“மாமி, எங்களுக்கு அம்பிப் பாப்பாவை எடுத்துக்காட்ட மாட்டியா” என்று கேட்டுக்கொண்டே மாமியின் முன்னால் சென்று நின்றாள் சச்சு. பங்கஜமும் கனகமும் மாமியின் பக்க வாட்டில் வந்து நின்றார்கள்.

மாமி குழந்தைகளின் முகத்தைப் பார்த்தாள். அவள் கண்கள் நிரம்பின.

“அப்புறம் காட்டறேண்டி அம்மா. நீங்க மூணுபேரும் பல் தேச்சுட்டு வாங்கோ” என்றாள்.

குழந்தைகளுக்கு ஒன்றும் விளங்கவில்லை. காலையில் அவர்கள் முகத்தில் தோன்றிய பூரிப்பின் சாயலைக்கூட இப்போது காண முடியவில்லை. குழந்தைகள் படியிறங்கிக் கிணற்றடிக்குச் செல்வதைக் கண்டதும் மேலும் துக்கம் பொங்கிற்று மாமிக்கு.

வெங்குவுக்கு ஒன்றும் சுவாரஸ்யப்படவில்லை. அவனும் கிளம்பிவிட்டான். சில நிமிஷங்களுக்கெல்லாம் இரட்டை மாடி பஸ் ஓட்டுமாவைச் சுற்றித் தொழுவத்தை நோக்கி ஓடிக்கொண்டிருந்தது.

செல்லம்மாள் தோசையும் பாலும் எடுத்துக்கொண்டு மாடிக்குச் சென்றாள்.

அப்பொழுது குஞ்சம்மா பல் தேய்த்துவிட்டு முகத்தைத் துடைத்துக்கொண்டிருந்தாள்.

“செல்லம், கோமதி எப்படியிருக்கா?” என்று கேட்டாள் குஞ்சம்மா.

“ஒண்ணுமில்லே, ஒண்ணுமில்லே” என்றாள் மாமி.

“அவளைப் பார்க்க மனஸு அடிச்சுக்கிறதடி எனக்கு. செல்லம்மா, என்ன ஜென்மமடீ இது? கீழே பெண் இடுப்பு வலியிலெ மாயறத்தெக் கூட மாடியைவிட்டு இறங்க முடியாத ஜென்மம்!”

“மனஸை எதுக்கு அலட்டிக்கிறேள்? இன்னிக்கு நேத்திக்கு ஏற்பட்ட விஷயமா இது? பத்து வருஷமா இந்த நாடகந்தானே நடக்கிறது. எதுக்கும் மத்யானம் கீழே வரத்தானே வரணும். அப்போ ரெண்டு நாழி கோமதி பக்கத்திலே உட்கார்ந்துண்டுருங்கோ.”

அன்று குஞ்சம்மாவுக்குக் குளிமுறையானதால் கீழே வரவேண்டியிருந்தது.

குஞ்சம்மாள் தோசையை விண்டு போட்டுக்கொண்டாள்.

“நேத்து ‘டக்கு’ வாங்கிப்போச்சு. ஏது இந்தப் பெண் எல்லோரையும் அனாதையாக்கிடுமோனு பயந்துபோனேன்” என்றாள் செல்லம்மாள்.

“இவ்வளவு சிரமப்பட்டதுக்கு ஆண் குழந்தையாப் பிறந்திருந்தா அவளுக்காவது ஆறுதலாயிருந்திருக்கும்” என்றாள் குஞ்சம்மா.

“என்ன சேறது சொல்லுங்கோ. நாலோடு இப்போ அஞ்சாச்சு.”

நீட்டிய கையில் பால் தம்ளரைக் கொடுத்தாள் செல்லம்மா. ஒரு மடக்குக் குடித்துவிட்டுத் தம்ளரை முக்காலியில் வைத்தாள் குஞ்சம்மா.

“போகப்போக நேத்து ரொம்ப சிரமப்பட்டுப் போச்சு. பேச்சு மூச்சில்லை. கூப்பிடக் கூப்பிடப் பதிலில்லே. காலும் கையும் ஜில்லிட்டுப் போச்சு. கடேசியிலெ தன் போதமில்லாமல் தான் குழந்தை பிறந்தது. அரைமணி நேரம் கழிச்சு கண்ணை முழிச்சுப் பாத்தா. திருதிருனு முழிச்சா, ஆட்டுக்குட்டி மாதிரி. பக்கத்திலே போய், கோமதீ என்னம்மா வேணும்? பெத்துப் பிழைச்சாய் போன்னேன். காதொடெ, மாமி, என்ன குழந்தைனு கேட்டா. மாமி, நீங்களே சொல்லுங்கோ, நான் என்ன பதில் சொல்லுவேன்? எனக்கு அப்படியே தொண்டையை அடைச்சுண்டு நெஞ்சோடு பொருமல் வந்துடுத்து. ஐயோ, இந்த ஒண்ணும் தெரியாத குழந்தையையுமா பாவி தெய்வம் இப்படிச் சோதிக்கணும்?”

குஞ்சம்மாள் கன்னத்தில் கண்ணீர் வழிந்தது. புடவைத் தலைப்பால் முகத்தைத் துடைத்துக்கொண்டாள்.

“நீங்க வேறே மனசிலே போட்டுக்காதேங்கோ. உங்க உடம்புக்குத் தாங்காது. பால் ஆறிப்போறது” என்றாள் செல்லம்மா.

குஞ்சம்மாள் பால் தம்ளரைக் கையில் எடுத்துக்கொண்டாள்.

"இன்னிக்கு எல்லோருக்கும் கடுதாசு போட்டாகணுமே. ஒருத்தருக்கும் போடவேண்டாங்கறா கோமதி. அவளுக்கு அவமானமா இருக்குமாம். இந்தத் தடவையாவது சமத்தா ஒரு ஆண் குழந்தையைப் பெத்துண்டு வாடீனு சொல்லியனுப்பிச் சானாம் ஆம்படையான் காரன். ஏண்டி, இந்த வசையாவது எங்காத்துக்காரா பெயர் போட முடியுமோடி? மனஸு இரங்குமா தேவிக்குன்னு ரயில் நகர்ந்ததும் மாமியார்க்காரி கத்தினாளாம். பெண் குழந்தை பிறந்திருக்குனு தந்தி கிடைச்சதுமே இந்த மூதேவி முகத்திலேயே முழிக்க வேண்டாம்னு தீர்மானிச்சாலும் தீர்மானிச்சுடுவர் அவர் என்று சொல்லிண்டே 'ஓ'வென்று அழறா கோமதி . . ."

குஞ்சம்மா முகத்தில் பன்னீர் தெளித்த மாதிரி வியர்த்து விட்டது. காலும் கையும் பறந்தன. சரேலென்று தலையைப் பிடித்துக்கொண்டாள்.

"அப்படியே தலையணையில் சாச்சுடு செல்லம்மா" என்றாள் குஞ்சம்மா.

"போயும் போயும் உங்கள்ட்டெ வந்து சொல்றேன் பாருங்கோ, இந்த மூடத்துக்கு என்னிக்குத்தான் புத்தி வரப் போறதோ? புத்திகெட்ட மூடம்" என்று நெஞ்சில் கைவைத்தபடி தன்னைத் தானே நொந்துகொண்டாள் செல்லம்மா.

அரைமணி நேரம் குஞ்சம்மா பக்கத்தில் உட்கார்ந்துவிட்டு செல்லம்மா கீழே வந்தாள்.

செல்லம்மா பின் வராண்டாவில் வந்ததும் வெங்கு கொல்லையில் நின்றுகொண்டு, "மாமி, மாமி, மாடு செத்துப் போயுண்டிருக்கு" என்று கத்தினான்.

செல்லம்மா தொழுவம் பக்கம் சென்றாள்.

மாடு படுத்தபடி காலைத் தரையில் 'பட் பட்'டென்று அடித்துக்கொண்டிருந்தது. கிழவர் முன்னால் உட்கார்ந்து முகத்தைத் தடவிக் கொடுத்துக்கொண்டிருந்தார். சம்முகம் பின்னால் நின்றுகொண்டிருந்தான்.

மூன்று பெண்குழந்தைகளும் சற்றுத் தொலைவில் வரிசையாக முட்டுக்குத்தி உட்கார்ந்திருந்தனர். காலையில் அடைந்த ஏமாற்ற உணர்வுக்கு இந்தக் காட்சி இதம் கொடுத்தது.

"எழுந்திருந்து போங்கடி இங்கிருந்து" என்று கத்தினாள் மாமி.

“சும்மா இருக்கட்டும். குடி முழுகியா போகும்? காலா காலத்திலே எல்லாம் தெரிஞ்சுக்க வேண்டியதுதானே” என்றார் கிழவர்.

“இவரொருத்தர்” என்று சொல்லியபடி முகத்தை இழுத்துக் கொண்டே அடுக்களைக்குச் சென்றாள் மாமி.

குழந்தைகள் அங்கேயே உட்கார்ந்துகொண்டிருந்தன. வெங்கு மட்டும் கிழவர் பக்கம் நின்றான்.

மாடு தலையைத் தூக்கி ஒரு தடவை அலறிற்று. கன்றின் முகம் வெளிவந்து கொண்டிருந்தது.

“முகத்தைப் பாத்தா காளங்கன்னு மாதிரி இருக்கு” என்றான் சம்முகம்.

“வாயை மூடு, அபசகுனமா ஏதாவது உளறாதே. முகத்தைப் பார்த்தாத் தெரியுமோ? மண்டூஸ், மண்டூஸ்” என்றார் கிழவர்.

“ஒரு பார்வைக்கு அப்படிப் படுது” என்று இழுத்தான் சம்முகம்.

“நீர் ஒரு பார்வையும் பார்க்க வேண்டாம். நான்தான் சொல்றேனே கிடாரிதான் போடும்னு. மேற்கொண்டு என்ன பார்வை வேண்டிருக்கு, மண்ணாப்போன பார்வை.” கிழவருக்கு ஆங்காரம் அடிவயிற்றிலிருந்து வந்தது.

மாடு படக்கென்று எழுந்து நின்று இருபுறமும் பக்கவாட்டில் அசைந்தது.

“ஹாவ் ஹாவ்” என்றான் சம்முகம்.

முகத்தைத் தடவிக் கொடுத்தவாறே, “ஹாவ் ஹாவ்” என்றார் கிழவர்.

மாடு மீண்டும் படுத்தது.

“தாத்தா, பசுவுக்கு வாலிலே என்னது தொங்கறது?” என்று கேட்டான் வெங்கு.

“கன்னு போடப்போறதுடா, கிடாரிக் கன்னு. கிடாரி பிறக்கும். உனக்கும் பாலைக் கறந்து தொந்திக்கு விட்டுக்கலாம்டா, யோகம் தாண்டா பயலெ” என்றார் கிழவர்.

மாடு ‘ம்பே’ என்று பயங்கரமாக அலறிற்று. உடம்போடு ஒரு தடவை நெளிந்து புரண்டது.

“கன்னு விளுந்திட்டு” என்று கத்தினான் சம்முகம்.

“என்ன கன்னு?” என்று கேட்டுக்கொண்டே கிழவர் பின் பக்கம் வந்தார். அதே சமயம் மாடு சட்டென்று எழுந்து மிகுந்த பரபரப்புடன் பின்புறம் திரும்பிக் கன்றை மோந்து பார்த்தது.

சம்முகம் வாலைத் தூக்கிப் பார்த்துவிட்டு, “கிடாரி” என்றான்.

“கிடாரி . . . கிடாரி” என்று கத்தினார் கிழவர்.

ஏமாற்றத்திலும் மனச்சோர்விலும் ஆழ்ந்திருந்த குழந்தைகள் கணப்பொழுதில் இந்த உற்சாகத்தை வாங்கிக்கொண்டன.

மூன்று பெண்களும் கையைத் தூக்கிக் குதித்தபடி, “கிடாரி, கிடாரி” என்று கத்தினர்.

வெங்கு ஒருபடி மேலே சென்று, “கிடாரிக்கு ஜே” என்று கோஷமெழுப்பினான். பெண் குழந்தைகளும் அதை ஏற்றுக் கொண்டார்கள்.

“கிடாரிக்கு ஜே!”

இந்த சந்தோஷச் செய்தியை அறிவிக்க அடுக்களையைப் பார்த்து விரைந்தார் கிழவர். அவசரத்தில் வேஷ்டி நெகிழ்ந்து விட்டது. அதைச் சரியாகக் கட்டிக்கொள்ளவும் பரபரப்பு இடங்கொடுக்கவில்லை. வயிற்றோடு துணியை அழுத்திப் பிடித்துக் கொண்டே, “செல்லம்மா, கிடாரி . . . கிடாரி!” என்று கத்தினார்.

ஊர்வலம் கிணற்றடியைச் சுற்றிச் சென்றுகொண்டிருந்தது. கிணற்றடியில் துவைக்கப்போட்டிருந்த ஜம்பரையும் கையிலெடுத்துக் கொண்டு விசிறினான் வெங்கு. ஏக காலத்தில் நாலு புஜங்கள் வானத்தில் நிமிர்ந்தன.

“கிடாரிக்கு ஜே!”

கிழவர் தேன்கூடு பக்கம் வந்து, “குஞ்சம்மா, குஞ்சம்மா” என்று கூப்பிட்டார். சாளரம் திறந்தது. தலை முளைத்தது.

“கிடாரி!”

“அப்படியா!”

குஞ்சம்மாள் சிரித்தாள்.

வாசல்பக்கம் வந்தபொழுது சபேசய்யர் இல்லையென்பதை உணரவே, கோஷம் வலுத்தது.

பங்கஜம் திடீரென்று, “கிடாரிக்கண்ணுக்கு ஜே” என்று கோஷத்தை விஸ்தரித்தாள்.

தொடர்ந்து, “கிடாரிக்கண்ணுக்கு ஜே” என்ற குரல்கள் எதிரொலித்தன.

கோமதியிடம் அறிவிக்க முடியாமல் போனதில் வருத்தம் தான் கிழவருக்கு. அவள் அசந்து தூங்கிக்கொண்டிருந்தாள்.

கிழவர் கொல்லைப்புறம் வந்தார்.

குழந்தைகளும் வீட்டைச் சுற்றிப் பின்பக்கம் வந்து சேர்ந்தார்கள்.

செல்லம்மா, பின் வராண்டாவில் நின்றபடி ஊர்வலம் வரும் அழகைக் கண்டு அகம் மகிழ்ந்துபோனாள். வெங்குவின் கை உதறலையும் முகபாவத்தையும் பார்த்து உடம்பு குலுங்கச் சிரித்தாள். அப்படியே படி இறங்கிவந்து அவனைக் கட்டிக் கொண்டு, "போதும்டா கண்ணு சத்தம் போட்டது. தொண்டை கட்டிக்கப் போறது" என்றாள்.

வெங்கு, அவள் முகத்தை ஏறிட்டுப் பார்த்து, "பாயசமாச்சோ? என்று கேட்டான்.

"நன்னா கேட்டே போ. கிடாரி பிறந்திருக்கு. நான் வச்சுத்தரேன் உனக்கு" என்றாள் செல்லம்மா.

சரஸ்வதி ஆண்டு மலர், 1959

சீதைமார்க் சீயக்காய்த்தூள்

நூறு ரூபாய் முன்பணமும் கொடுத்துவிட்டுச் சென்றார் குமாரவேலு பணிக்கர். ஒரு மாத காலத்தில் படத்தை முடித்துத் தந்துவிடவேண்டும் என்பது பேச்சு. சுப்பையா ஆசாரி ஒப்புக்கொண்டார்.

சரியான 'சான்ஸ்' அடித்துவிட்டது. சீதையின் முழு உருவப்படம் ஐநூறு ரூபாய். முன்பணம் ரூபாய் நூறு வேறு. திருப்தியாக இருந்தால் மேலும் ஒரேயடியாக இருபது படத்துக்கு ஆர்டர்.

மனசில் குதூகலம் பொங்கி வழிந்தது. தமிழ்நாட்டின் முக்கிய நகரங்களின் முக்கியச் சந்திப்புகளில் தொங்கப்போகிறது, நாடகத் திரைபோல் ஒரு படம். கூடிக் கூடிப் பார்க்கமாட்டார்களா ஜனங்கள்? 'சீதை மார்க் சீயக்காய்த்தூள்' என்ற கொட்டை எழுத்துகள் கண்களைக் கவ்வினாலும் படத்தின் அடிப்பக்கம், வலது கோடியில் 'சுப்பையா ஆசாரி' என்ற பெயர் புலப்படாமலா போய்விடும்? தேய்த்துக் குளித்த பின்தானே சொல்லமுடியும் சீயக்காய்த் தூளின் மகிமையை. பார்த்த மாத்திரத்திலேயே 'சபாஷ்' விழுந்து விடாதா ஆசாரிக்கு? பத்துப்பேர் 'சபாஷ்' போடும்போது அதற்குத் தனி மவுசுதான். தெரிந்தோ தெரியாமலோ எல்லோரும் 'ஆஹா' என்பார்கள். ஆர்டர்கள் வந்து குவியும். இல்லாவிட்டாலும் என்ன? மனிதன் வாழ்க்கை என்றால் ஒரே அதல பாதாளம்தானா? என்றும் வாழைத் தண்டுக் கறியும் மோர் விட்ட சோறும்தான் விதியா? ஒட்டுப்போட்ட சட்டையும்

சுந்தர ராமசாமி

கோரம்பாயும் சதமா என்ன? பள்ளம் என்றால் மேடும் உண்டு. கிரகம் சுற்றிவரத்தான் செய்யும். இப்போது கிரகம் சுற்றுகிற சுற்றில் எங்கேயோ இருந்த குமாரவேலு பணிக்கர், காரைப் போட்டுக் கொண்டு வீடு தேடி வந்து, இரு கைகளாலும் ஏணிப்படி அரைச் சுவரை ஒரே பக்கத்தில் பற்றிக்கொண்டு உடம்பை ஒருக்களித்தபடியே மேலேறி வந்து விட்டாரே. இருபது படம். படம் ஒன்றுக்கு ஐநூறு ரூபாய்; அட்வான்ஸாக ரூபாய் நூறு வேறு.

சாமக்கிரியைகளைக் கையெடுத்து வணங்கிவிட்டு வேலையை ஆரம்பித்தார் சுப்பையா ஆசாரி.

அவர் மனதிலேயே இருக்கிறாளே சீதை. பர்ணசாலையின் முன்னால் காலை மண்டி போட்டு, இடது கையைத் தரையில் ஊன்றியபடி அமர்ந்திருக்கிறாள். உடம்பெல்லாம் அழகு, உடம்பெல்லாம் சோகம். ஒரு கட்டுத்தலை தோள் வழியாய் ஆலம் விழுது மாதிரி சரசரவென்று கீழிறங்கி, பாம்புப் பத்தி போன்ற நுனி மயிர் புழுதியில் புரளுகிறது.

பென்சிலால் இலேசாகக் கோடு போட ஆரம்பித்தார் அவர். போன பொழுது அவருக்குத் தெரியாது. இருட்டி விட்டது. அவர் அதை உணரவே இல்லை. அவர்தான் விளக்குப் போட்டார். விளக்குப் போட்டதும் அவருக்குத் தெரியாது.

"இருந்தாலும் இப்படியும் ஒரு அப்பன் உண்டுமா உலகத்திலே? கண்டதும் இல்லை கேட்டதும் இல்லை" என்று கூறிக்கொண்டே உள்ளே நுழைந்தாள் சுப்பம்மாள்.

அந்த வீட்டில் அவர்கள் தான் கணவனும் மனைவியும். அவர்கள் தான் குழந்தைகள்.

உணர்வு உலகத்துக்குத் திரும்பி வந்தார் ஆசாரி. உடம்பெல்லாம் ரத்தம் உறைந்துவிட்டாற்போலிருந்தது. கைகள் இரண்டையும் கோத்துத் தலைக்குமேல் தூக்கி வில்லாய் உடம்பை வளைத்து முறித்துவிட்டுச் சாய்வு நாற்காலியில் சாய்ந்தார். சுப்பம்மாள் வெற்றிலைப் பெட்டியைத் திறந்து ஒரு பார்வை பார்த்துவிட்டு அவர் முன்னால் கொண்டுவந்து வைத்தாள்.

"ஆமா, என்னமோ கேட்டியே. எந்த அப்பனை சொல்தே நீ?" என்றார் அவர்.

"ஜனகரைத்தான் சொல்லுதேன்."

"எந்த ஜனகரு?"

"சீதைக்கு அப்பன்."

"ராமருக்கு மாமனாரைத்தானே?"

“ஆமா, ஆமா.”

“இப்பம் அவருக்கு என்ன வந்துட்டுது திடீருன்னு. எங்கிருந்தோ இழுத்துட்டு வாறியே.”

“கோவில்லே ஒரு மாசமாட்டு கதை கேக்குதேமில்லா. நேத்தோடெ பட்டாபிஷேகம் முடிஞ்சுபோச்சு. திண்ணையிலே படுத்துக்கிட்டு எதை எதையோ நெனச்சிக்கிட்டிருந்தேன். அப்பம் பட்னு இந்தக் கேள்வி மனசுலே வந்துட்டுது.”

“என்னது, சொல்லு.”

“சீதையை கெட்டிக் கொடுத்தாரில்லெ, ஜனக மகாராசா ...”

“அவரெங்கே கெட்டிக் கொடுத்தாரு. அவரு மாப்பிள்ளை தேடி அலஞ்சாரா? ஜாதகம் பார்த்தாரா? இல்லை, வரதட்சிணை பேசினாரா? கையிலே ஒரு வில்லை வச்சுக்கிட்டு வர்றவங்கிட்டெ எல்லாம் நீட்டிக்கிட்டிருந்தாரு. ராமரு வந்தாரு. வில்லை ஒடிச்சாரு. இல்லைன்னா சீதை கன்னிப்பொண்ணாகத்தானே நிக்கணும் கடைசி வரைக்கும்.”

“நின்னாத்தான் இப்பம் என்ன கொறஞ்சுபோயுடுமாம். ராமரெ கட்டிக்கிட்டு என்ன சுகத்தைக் கண்டுட்டா சீதை?” என்று கேட்டாள் சுப்பம்மாள்.

சுப்பையா ஆசாரி பதில் சொல்லவில்லை.

“நான் கேக்க வந்தது அதில்லெ. பட்டத்து மகிஷியா ஜம்னு இருக்கவேண்டியவதானே சீதை?”

“சந்தேகமா?”

“அவ காட்டுக்குப் போறா. கஷ்டப்படுதா. அந்தப் படுபாவி வந்து தூக்கிட்டுப் போறான். சித்திரவதை செய்யுதான். எல்லாம் தெரிஞ்ச இந்த ராமரு கடைசியிலே ‘தீயிலே குதி’ என்கிறாரு. இவ்வளவும் நடந்திருக்குதே, இந்த ஜனகரு எங்கதான் போயுட்டாரு? அட, பொண்ணை கட்டிக்கொடுத்தோமே, அவதான் இருக்காளா செத்தாளான்னு கூட பாக்கமாட்டாரா ஒரு அப்பன்?”

“சாட்சாத் ராமருக்கு கெட்டிக்கொடுத்தம் பொறவு அவருக்கு என்னட்டீ கவலை? அவர் பாட்டுக்கு நிம்மதியா இருந்திருக்காரு.”

“ராமருக்கு இப்படியா மாமனார் வாய்க்கணும்?” என்று அங்கலாய்த்துக் கொண்டாள் சுப்பம்மாள்.

“அவருக்கும் எனக்கு வாச்சாப்லே வாச்சிருக்காரு, மாமனாரு.”

“அய்யோ வாய் கிழியுது. சொல்லமாட்டேளாக்கும்! இண்ணிக்குக் குடியிருக்கிற வீடு யாருக்கு வீடு? பாகம் பண்ணிக்கிட்டு வந்தியளோ? எங்கப்பா அறுப்புக்கு அறுப்பு நெல்லு அனுப்பிவைக்குதாரு. சாப்பிடுதோம். இன்னா கட்டியிருக்கேனே, இந்தச் சீலை அவரு போன பொங்கலுக்கு எடுத்துத் தந்தது. இந்த மஞ்சச் சாயம், பச்சைச் சாயம், நீலச் சாயம், ஒடஞ்ச பென்சிலு இத்தனையும் உங்களது” என்றாள் சுப்பம்மாள்.

ஆசாரி சந்தோஷ ஆரவாரத்துடன் சிரித்துக்கொண்டார்.

“அப்பம் எங்கப்பா மட்டும் சினிமா தியேட்டரிலே சோடா வித்துக்கிட்டு இருந்தவரோ? எங்க தாத்தா அந்தக் காலத்திலே குதிரெலேல்லா போவாராம்?”

“குதிரெலெ போவாரு. ஆனா மரத்தாலெ செய்த குதிரை அது பாத்திருக்கேன். ‘சத்தியவான்’ டிராமாவிலே மரக்குதிரையிலே ஏறி உட்கார்ந்துக்கிட்டு, கிடுகிடான்னு காலையும் ஆட்டிக்கிட்டு ‘ஓ’னு கத்துவாரே.”

“இளப்பமா பேசிக்கிட்டு இரி. இன்னும் கொஞ்சம் நாளிலெ அய்யாவெ ஒரு பயலாலெ புடிக்க முடியாது. காலம் வந்துட்டு லெச்சுமி வந்து கதவைத் தட்டிக்கிட்டு நிக்கா. பொறு. அவசரப்படாதே, மெதுவா வந்து கதவைத் திறக்கேன்னு சொல்லிக்கிட்டிருக்கேன் நான்.”

“பேச்சுக்குக் கேப்பானேன்! கோவணத்தைக் கொடியிலே கட்டிப் பறக்கவிடற கூட்டமில்லா உங்க கூட்டம்.”

“சரி, அப்பம் ஒரு காரியம் செய். எளுந்திரு. அந்தச் சின்ன அலமாரியைத் திற. அதுக்குள்ளார ஒரு சோப்புப் பெட்டி இருக்கில்லா, அதெத் திறந்து பாரு, அப்பம் தெரியும்.”

சுப்பம்மா சோப்புப் பெட்டியைத் திறந்தாள். அவள் கையில் ஒரு நூறு ரூபாய் நோட்டு!

“என்னது இது?”

“நூறு ரூவா நோட்டு.”

“நல்ல நோட்டுத்தானா? இல்லெ காகிதத்தை வெட்டி சாயம் பூசி வச்சிருக்கேளா?”

மீண்டும் ஆர்ப்பாட்டமாகச் சிரித்தார் ஆசாரி.

“இண்ணைக்குத்தான் குமாரவேலு பணிக்கரு வீடு தேடி வந்து கையிலே திணிச்சுட்டுப் போறாரு.”

“அதாரு அது குமாரவேலு பணிக்கர்?”

“அவர்தான்,‘சீதை மார்க் சீயக்காய்த்தூள்’ போடறாரே அவரு. உலகம் பூராவும் அனுப்பறாரு சீயக்காய்த்தூளை. அமெரிக்கா, இங்கிலாந்து, சௌதி அரேபியா, மெஸபொட்டோமியா, அண்டார்டிக்கா எங்கும் போகுது. போயி, சோப்பு மார்க்கெட்டை அப்படி இழே தள்ளுது. ஹாலிவுட் சினிமா நடிகைங்களெல்லாம் சோப்பைக் கண்ணாலகூட பார்க்கமாட்டாங்களாம் இப்பம். ‘சீதை மார்க் சீயக்காய்த் தூள்’ கிடைக்கலேன்னா செத்தோம் அப்படீன்னு சொல்லுதாளாம். பணிக்கர் சொல்லுதாரு.”

“பெரும்புள்ளிதான் போலிருக்கு.”

“சந்தேகமா? இண்ணைக்குக் காலையிலே வந்தாரு. ஒரு உதவி பண்ணனுமின்னாரு. சரி, பாப்போம் அப்படீன்னேன். ஒரேயடியா இருபது படம் வேணுமாம் அவருக்கு. சீதை படம். பெரிசு பெரிசாத் தொங்கவிடணுமாம். உங்க படம்தான் நல்லாருக்கும்னு கேக்கிறவங்க எல்லாம் சொல்லுதாங்க. சித்தெ வரைஞ்சு கொடுங்க சிரமத்தைப் பார்க்காமெ, அப்படீன்னாரு.”

“ரொம்பவும் கூடிப்போய்விடாம பவிசு.”

“அட, சர்தான் அய்யா, எல்லாம் வரஞ்சு தரலாம். மென்னியைப் பிடிக்காதேயும்னு நூறு ரூபாயையும் களத்திக்கிட்டு அனுப்பிவச்சேன்.”

“அதுதான் ரூமிலே சந்தடியே காணோமென்னு பாத்தேன். இல்லைண்ணா நிமிஷத்துக்கு நூறு மட்டம் ‘சுடு தண்ணீ, சுடு தண்ணீ’னு அடுக்களைக்கு வந்த வண்ணமா இருக்குமே.”

“சுப்பம்மா, ரொம்ப நாளா நெனச்சிட்டு இருந்தேன் பாத்துக்க. ஒரு ராமரு – சிதெ படம் வரய்க்கணுமின்னு. இப்பம் ஆர்டரே வந்துட்டுச்சு. ஆனா ஒரு சங்கடம் பாத்துக்க.”

“என்ன, சாயமில்லையா?”

“அதுல்லே. அந்த மனுசன் சொல்லுதுதான் வேடிக்கையா இருக்குது.”

“என்ன சொல்றாரு?”

“அவருக்கு சீதையம்மா படம் மட்டும் போதுமாம்.”

“அப்படின்னா?”

“ராமரு பக்கத்திலெ நிக்கவேண்டாங்கிறாரு.”

“ராமரு சீதை கிட்ட நின்னா இவருக்கு என்ன வந்ததாம்?”

“அவருக்குக் கொஞ்சமும் இஷ்டமில்லே ராமர் சீதே பக்கத்தில் நிக்கிறதிலெ.”

"ராவணனுக்குக் கூடப்பிறந்த அண்ணமில்லா போலிருக்குது"

"இல்லெ, அவனேதான். சீதையில்லாத உலகத்திலெ திரும்பவும் பிறந்து சீயக்காய்த்தூள் யாவாரம் பண்ணிக்கிட்டு இருக்காரு அவ்வளவுதான்."

"காட்டுலெ சீதையோடுதானே ராமரும் இருந்தாருன்னு கேட்டேளா?"

"கேட்டேனே. ராமர் மான் பிடிக்கப்போனாரில்லா அப்படின்னு சொல்லுதார்."

"அப்பம் லெச்சுமணரு இருந்தாரே?"

"அதையும் கேட்டேன். அவனையும்தான் சீதை விரட்டிப்புட்டாளேன்னு சொல்லுதாரே பாப்பம்!"

"அப்பம்தான் ராவணன் வந்துட்டானே?"

"லெச்சுமணன் போன பொறவு ராவணன் வருதுக்கு முன்னாலே இருந்தாளே – அந்த சீதை படம்தான் வேணுமின்னு பிடிவாதம் பிடிக்கிறாரு மனுசன்."

"எதுக்கு அப்படி இருக்கணுமாம்?"

"அப்பம்தான் 'அட்ராக்ஷனா' இருக்குமாம், சொல்லுதாரு."

"அவ அம்மை தாலி! வெள்ளிக்கிளமெ காலம் கார்த்தாலே வீட்டுக்குள்ளே வந்து ஏறிட்டாராக்கும்."

"என்ன செய்யது? கையிலெ ரூபாயெ வச்சுக்கிட்டுப் பேசுதாரு. நீயானா விடிஞ்சி எந்திரிச்சா சம்பாதிக்கத் தெரியலைனு சொல்லிச் சொல்லிக் காட்டுதே. வந்த பணத்தை விட வேண்டாம்னு வாங்கி வச்சுக்கிட்டேன். இன்னம் ஒரு மாசம் களிஞ்சு பாரு. சீதையே வந்து உக்காந்திருப்பா நம்ம ரூமிலே" என்றார் சுப்பையா ஆசாரி.

ஒரு மாதமும் கடினமான உழைப்புத்தான். அந்தரங்க சுத்தியோடு வேலையில் முனைந்திருந்தார் அவர். மனதில் இருக்கும் உருவத்தை வர்ணத்துக்குள் அடக்கிவிட வேண்டும் என்ற வேட்கையில் சன்னம் சன்னமாக வேலை செய்தார்.

அரைகுறைப் படத்தைப் பார்க்கக் கூடாது என்று சுப்பம்மாளுக்குத் தடை உத்தரவு. அறை வாசலில் நின்றுகொண்டே "உள்ளே வரலாமா?" என்று கேட்பாள் அவள். படத்தைத் திரை போட்டு மூடிவிட்டு, "உள்ளே வா" என்பார் அவர். அறைக்குள் வந்ததும் படத்துக்குப் பக்கத்தில் போய் நின்றுகொண்டு திரையைத் தொட்டவாறே "காலை மட்டும் பாத்துடறேன்" என்பாள்.

“கொஞ்சி வளிஞ்சா செவியை முறுக்கி படீலே உருட்டிருவேன்” என்பார் சுப்பையா ஆசாரி.

“மனசு துடியாத் துடிக்குது.”

“துடிக்கட்டும். இன்னும் பத்து நாள் பொறுத்துக்க. அப்புறம் நின்னு பாத்துகிட்டே இரு.”

பத்து வினாடிகள் போல் கழிந்தன பத்து நாட்களும்.

அன்று மாலை கொல்லையில் பாத்திரம் தேய்த்துக் கொண்டிருந்தாள் சுப்பம்மாள்.

“சுப்பம்மா, வந்து பாரு! படம் வேலை முடிஞ்சுட்டுத்து” என்று மாடிச் சன்னலின் முன் நின்றுகொண்டு கூப்பிட்டார் ஆசாரி.

கையைக்கூடக் கழுவிக்கொள்ளாமல் மாடிப்படியேறி அறைக்குள் வந்தாள் அவள். படத்தின் பக்கம் நெருங்குவதற்கு முன், “அங்கேயே நின்னுக்கிட்டுப் பாரு” என்று சொல்லியபடியே திரையை விலக்கினார் அவர்.

சுப்பம்மாள் படத்தைப் பார்த்தாள். பார்த்துக்கொண்டே இருந்தாள். அவள் முகத்தில் ஒரே பரவச உணர்ச்சி!

“எப்படி இருக்குது?” என்று கேட்டார் அவர்.

சுப்பம்மாள் பதில் சொல்லவில்லை. அவர் பக்கம் நெருங்கி “உங்க வலது கையைக் காட்டுங்களேன் பாப்பம்” என்றாள்.

வலது கையை அவள் முன்னால் விரித்தார். விரல்களைத் தொட்டபடியே “இந்த விரலுக்குள் இருந்தா இந்தப் படம் வந்தது? இந்த விரலுக்கு என்ன விசேஷம்? நீளம் நீளமா இருக்குது. ஆயிரம் பேருக்கு இப்படி இருக்குதே” என்றாள் அவள்.

“விரலுக்குள்ளிருந்து அது வரலை. மனசுக்குள்ளிருந்து வந்தது” என்றார் அவர்.

“யாராவது பாத்தா ‘கண்’ விளுந்திடும்.”

“யாருக்கு சீதைக்கா, எனக்கா?”

“ரெண்டு பேருக்கும்தான்” என்றாள் சுப்பம்மாள்.

மறுநாள் குமாரவேலு பணிக்கருக்கு ஆள் சொல்லிவிட்டார். மாலையில் அவரும் வந்தார். சுப்பம்மாள் காபியும் பலகாரமும் தயார் செய்து வைத்திருந்தாள். காபி குடித்து முடித்ததும் “படத்தைப் பார்ப்போம்” என்றார் பணிக்கர்.

சுப்பம்மாள் பாத்திரங்களை எடுத்து உள்ளே கொண்டு வைத்துவிட்டு நிலையை ஒட்டி நின்றுகொண்டாள்.

சாய்வு நாற்காலியைப் படத்துக்குப் பத்தடி தூரத்தில் இழுத்துப் போட்டார் ஆசாரி.

"இப்படி உட்கார்ந்தே பாருங்கள்" என்று சொல்லிவிட்டுத் திரை விலக்கியவர், பணிக்கர் முகத்தையே கவனிக்கவில்லை. தனது சிருஷ்டியைப் பார்த்து அதன் அழகிலேயே லயித்து நின்றார். ஐந்து நிமிஷத்துக்கு மேலேயே ஆகி விட்டது.

தொண்டையைக் கனைத்துக்கொண்டார் பணிக்கர். சுப்பையா ஆசாரி பணிக்கர் பக்கம் திரும்பினார்.

"படம் நல்லாத்தான் இருக்குது. ஆனா ..." என்று இழுத்தார் பணிக்கர்.

"என்ன ? சும்மா சொல்லுங்க."

"சீதெ ரொம்பவும் இளச்சாப்லெ தெரியுதில்லே ?"

"லேசா வாட்டம் தெரியத்தானே செய்யும், காட்டுலெ இல்லே இருக்கா சீதெ."

"காட்டுலெ இருந்தா என்ன ? வயத்துக்கு இல்லாமெ பட்டினியா கிடக்குதா ? காட்டுலெ கெடைக்கிற மாம்பழம், கொய்யாப்பழம், ஆரஞ்சுப்பழம், டொமாட்டோஸ் எல்லாம் தின்னுக்கிட்டுத்தானே இருக்கா ? பழங்களிலெதான் சத்து நெறய இருக்குதூன்னு டாக்டருங்கள்ளாம் கூவறானுங்க."

"இருந்தாலும் ராமர் கஷ்டப்படறாரேன்னு ஏக்கம் இருக்குமில்லா ?"

"இருந்தாலும் ரொம்ப ஏங்கிட்டா உம்ம சீதெ. என்னமோ பத்துப் புள்ளே பெத்து பஞ்சத்துலெ அடிப்பட்டாப்லெ தொஞ்சு போய்க் கிடக்காளே."

ஆசாரி ஒன்றும் பதில் சொல்லவில்லை. சுப்பம்மாளும் அவர் முகத்தையே பார்த்துக்கொண்டு நின்றாள்.

"நான் சொல்றேனேன்னு வித்தியாசமா எடுத்துக்கிடப்படாது. படத்தெ கொஞ்சம் 'ரிப்பேர்' பண்ணணும்."

"ரிப்பேரா ?"

"ஆமாம். லேசா ரிப்பேர் பண்ணணும். அப்படியே மேலாகக் கொஞ்சம் சாயத்தைப் பூசி சொஞ்சம் வாளிப்பா பண்ணுங்க."

"வாளிப்பா ?"

"ஆமாம். கொஞ்சம் மதமதனு இருக்கவேண்டாம் சீதெ ?"

“இப்பம் அதுக்கு என்ன அவசரமாம்? ராமரெப் பாத்ததும் தனியே மதமதனு ஆயுட்டுப்போறா.”

“நீர் ராமாயணத்துக்குள்ளேயே நின்னு பேசுதிரு. இந்த உலகத்துக்குக் கொஞ்சம் வாரும். இது விளம்பரத்துக்காக வைக்கப்போற படம். கொஞ்சம் ‘அட்ராக்ஷனா’ இருக்க வேண்டாமா?”

“அதுக்கு இப்பம் என்ன செய்யுணுமாம்?”

“சொன்னேமில்லா, மேலாக . . .”

“நீங்க சொல்றபடி செய்ய முடியாது.”

குமாரவேலு பணிக்கர் ஒரு நிமிஷம் அமைதியாக இருந்து விட்டுச் சொன்னார்:

“அப்பம் ஒரு காரியம் செய்யுங்க. கால் கை எல்லாம் இப்படியே இருக்கட்டும். கொஞ்சம் எடுப்பா வரஞ்சு கொடுத்திருங்க.”

“எதே?”

“சின்னக் குழந்தைக்குச் சொல்லுது போல சொல்லணும் போலிருக்கே உமக்கு.”

“உங்களுக்கு சொல்லிச் சொல்லிப் பழக்கம் இருக்கும். எனக்குக் கேட்டுப் பழக்கமில்லை. சொல்லவேண்டாம்” என்றார் ஆசாரி. அவர் குரல் சற்று கனத்தது.

“அப்பம் நான் சொல்றாப்லெ படம் தரமாட்டேராக்கும்.”

“சீதை படம் வேணுமின்னிய. நான் படிச்ச சீதை, கேட்டுத் தெரிஞ்சுக்கிட்ட சீதை இவதான்.”

“அப்பம் உம்ம படம் எனக்கு வேண்டாம். அட்வான்ஸு பணத்தைத் திரும்பத் தந்திரும்” என்றார் பணிக்கர்.

“பணம் செலவளிஞ்சு போச்சு. இப்பம் என் கையில் இல்லெ. ஒரு வாரத்திலெ திரும்பத் தந்துகிடுதேன்.”

“கையிலே சல்லியில்லாமத்தான் சீதையையும் ராமனையும் காப்பாத்தப் புறப்பட்டிருக்கிறீரோவ்?”

“தந்துகிடுதேன்னு சொல்லுதேனெ. உங்க வீட்டுக்கே கொணாந்து தந்துடறேன்.”

“பணத்தெ இப்பம் என் முன்னாலெ எண்ணணும்” என்று கத்தினார் குமாரவேலு பணிக்கர்,

“தரமுடியாது” என்று பதில் சொன்னவர் ஆசாரி அல்ல – சுப்பம்மாள்.

பணிக்கர் தலைநிமிர்ந்து பார்த்தார்.

“நான்தான் சொல்லுதேன்... தரமுடியாது” என்று மீண்டும் சொன்னாள்.

“ஏன்?”

“நீரு சீத படம்தானே வரையச் சொன்னீரு?”

“இப்பம் நானும் அதைத்தானே கேக்குதேன்.”

“இல்லை. சீதெ படம் வரைக்கச் சொல்லிப்போட்டு இப்பம் வந்து சூர்ப்பனகை படம் வேணுங்கீரு. சீதை படம் வரைக்கத்தான் அவரு முன்பணம் வாங்கினாரு. வேணுமின்னா படத்தே எடுத்துக் கிட்டுப்போம். இல்லன்னா வீட்டெப் பாத்துக் கம்பிய நீட்டும்.”

சண்டைக்கோ சத்தத்திற்கோ சற்றும் பின்வாங்க மாட்டாள் என்பதை உணர்ந்தார் பணிக்கர். “சரி, பாத்துக்கிறேன்” என்று சொல்லிக்கொண்டே வெளியேறினார்.

சிறிது நேரம் கழிந்ததும் “சுப்பம்மா, அவன் என்ன சொல்லுதான்னு உனக்கு விளங்கிச்சோ?”

“விளங்காமெ என்ன? இருந்தாலும் கூசாமெ சொல்லுதான் பாருங்களேன்.”

“நீ நின்னுக்கிட்டிருந்ததனாலே பம்மிப் பம்மிச் சொன்னான். இல்லைன்னா ...”

“வாய்விட்டுச் சொல்லுவான், தெரியாதா?”

“கதையிலே ஆம்புட்ட சீதையையே இந்தப் பாடு படுத்துதானே, உசிரோடெ அவ முன்னாலே வந்துட்டா என்ன செய்வானோ?”

“என்ன வேணா செய்வான். திருகல்லு முன்னாலே உக்காத்தி ரெண்டு மரக்காலு சீயக்காயையும் முன்னாலே கொட்டிடுவான்.”

“போறான் பிச்சைக்காரப் பய” என்றார் சுப்பையா ஆசாரி.

“இருந்தாலும் கடைசிவரையும் அவன் சொல்லுதே கேட்டுக்கிட்டுத்தானே இருந்திய. மூலையிலெ செருப்பு கெடக்கத்தானே செஞ்சுது. கையை அலம்பிக்கிட்டாப் போச்சுன்னு கன்னத்திலே வாங்கிட வேண்டாம்?”

“செருப்பை அசுத்தம் பண்ணுவானேன்னு பாத்தேன் நான்.”

“மன்னன் எப்படிப் பேரு வச்சிருக்கான்னு பாருங்களேன், சீதை மார்க் சீயக்காய்த்தூளாம்.”

“அவன் பொழைக்கத் தெரிஞ்சவண்டீ.”

“பாம்புயாரையாரையோபிடுங்குது.தேளுயாரையெல்லாமோ கொட்டுது.”

“இவனெக் கடிச்சா பாம்பு செத்துப்போவும். கொடுக்கு முறிஞ்சு போவும் தேளுக்கு. உனக்கு இவனெத் தெரியாது. இவன் பெரிய எமப் பளுவன். இருபது வருஷமா நானும் பாத்துக்கிட்டிருக்கேன். அண்ணைக்கு பாத்த மேனிக்கு அழியாமெ இருக்கான், மைல் கல்லு கணக்க. அவனெ ஒண்ணும் பண்ண முடியாது. ஆலகால விஷத்தையே கொடேன், பசும் பாலா வாந்தி எடுத்துருவான்!”

சுப்பம்மாள் சந்தோஷமாகச் சிரித்துக்கொண்டாள்.

“போயிட்டுப் போறான். நீங்க அரும்பாடுபட்டு வரைச்ச படம். நாலு காகிதத்தைத் தந்து ஒருத்தன் இதெ எடுத்துக்கிட்டு போயிருவானேன்னு நெனச்சதும் மனசெச் சுருக்குன்னு ஏதோ தச்சுது. இந்தப் படம் நம்ம வீட்டோட இருக்கட்டும். பாத்துக்கிட்டு இருந்தா பசி ஆறிப்போமே” என்றாள் அவள்.

“பணத்தை எப்படித் திரும்பக் கொடுக்கது? அதுக்கு வழி சொல்லு” என்று கேட்டார் சுப்பையா ஆசாரி.

சுப்பம்மாளால் அந்தக் கேள்விக்குப் பதி சொல்ல முடியவில்லை.

தாமரை பொங்கல் மலர், 1959

மெய் + பொய் = மெய்

உண்மையும் பொய்யை அண்டித்தான் வாழமுடிகிறது.

டாக்டர் ஜோஷுவா மதுவிலக்குக் கேஸில் கைதாகி விசாரணை நடந்துகொண்டிருக்கையில், அவருடைய வக்கீலிடம் ஜூனியராக இருந்த பத்மனாப பிள்ளை சில ரகசியத் தகவல்களை,'சபை' பேரில் நம்பிக்கை வைத்து வெளியிட்டபோது மேலே சொன்ன உண்மை எனக்கு எட்டியது.

இரவு பத்து மணிக்குமேல் நாங்கள் நாலு பேர் வைக்கோல் புரையில் கூடுவதை, 'சபை' என்று எங்களுக்குள் குறிப்பிட்டுக்கொள்வோம்.'வைக்கோல் புரை' எனது பால்ய நண்பர் முத்தையா குடிவந்திருந்த புதுவீட்டின் பெயர். கட்டிய மலையாளி மிச்சம் பார்த்தது வைக்கோலில், ஆங்கில எழுத்துக்களில் அப்படியே செதுக்க முகப்பில் பதித்துவிட்டான்.

பத்திரிகையில் செய்தி வந்தது.

ஊருக்கு வெளியில் ஆறாவது மைலில் போலீஸ் படை டாக்டர் ஜோஷுவாவின் காரை வழிமறித்துப் பிடித்தது. இருபது புட்டிகள் வரை எடுக்கப்பட்டன. ஜோஷுவா ஜாமீனில் வெளியேறினார்.

. . . வழுக்கைத் தலையும், சட்டைக்கு மேல் வேஷ்டி எடுப்பாகக் காட்டும் தொந்தியும், கை அகலம் பச்சை பெல்ட்டும், கறுப்பு பூட்ஸும், சுருட்டு நெடியும், கணுக்காலில் சருமம் உரிந்த வெள்ளையும், லேடீஸ் சைக்கிளும்... மிஷன் ஆஸ்பத்திரி கம்பௌண்டராக

வகைதொகையில்லாமல் சுரண்டி ... புதுத் துரையின் கை ஜோடி வாவின் பிடரியில் விழவும், ஊருக்குள் 'டாக்டர் ஜோஷுவா' எனது போர்டை மாட்ட, அன்றிலிருந்தே மக்களும் டாக்டர் ஜோஷுனர் டாக்டர் ஜோஷுவா என்றே அழைத்து வரலாயினர்.

ஊசி வேணும் என்றால் வேணும், வேண்டாம் என்றால் வேணாம்.

பென்சிலின் போடணுமே. . .

போடுவோம்.

இன்ஸுலின் போட்டால் என்ன?

போடலாம்.

கேட்ட கைக்குக் கள்ள சர்டிபிக்கேட். கருவழிக்க மருந்து. கடன் வசதி, மருந்துக் கடையில் வாங்க ஒன்று அரை கைமாற்று. ஒரு வார்த்தை: நடு இரவிலும் சைக்கிளில் அழைத்த இடம் செல்ல . . . பத்து வருஷம் நல்ல போடு. சைக்கிள் போய் கார் வந்தது டும்டும், கரை வீடு போய் மாடி வீடு வந்தது டும்டும் . . . சபையில் பேச்சு அடிபட்டது.

“டாக்டர் காரில் இருந்தாரா?” என்று முத்தையா கேட்டார். பத்மனாப பிள்ளை “இருந்தார்” என்றார்.

“என்ன துணிச்சல்... நம்ப முடியவில்லையே” என்ற முத்தையா ஆச்சரியம் ததும்ப எங்களைப் பார்த்து, அதே வார்த்தைகளை மீண்டும் ஒருமுறை சொல்லியவாறு சாய்வு நாற்காலிக் கான்வாஸில் புதைந்து யோசனையில் மௌனியானார்.

எதிரேயிருந்த முக்காலியில் நாவலின் கையெழுத்துப் பிரதி இருந்தது. அதில் ஒரு பகுதியை அவர் வாசிக்க, நான் கேட்டுக் கொண்டிருந்தபோதுதான் பத்மனாப பிள்ளை உள்ளே பிரவேசித்தார்.

அவர் நுழைந்ததும் நாங்கள் அந்த வேலையிலிருந்து பின் வாங்கி, அவரும் தாத்பரியம் கொள்ளும்படி ஒரு விஷயத்துக்குத் திரும்பியபோது, ரசனையற்றவன் என்று அவரை நாங்கள் மதிப்பதாக அவர் எண்ணுகிறாரோ என்று நான் சந்தேகப்பட்டேன். முகத்தில் வெளிப்பட்ட அசுவாரஸ்ய உணர்ச்சி வேறு ஏதேனும் காரணம் கொண்டதாகவும் இருக்கலாம்.

கையெழுத்துப் பிரதியில் கண் விழுந்த பகுதியைப் பார்த்துக் கொண்டிருந்தார் பத்மனாப பிள்ளை.

அருள்ராஜ் பொன்னப்பாவும் வந்துவிட்டார்.

பத்மனாப பிள்ளை குரல் கொடுத்து வாசிக்க ஆரம்பித்தார். கவனித்தவர் அருள்ராஜ் பொன்னப்பா. வாசிப்பவரும் அவருக்காக வாசிப்பது போலவே வாசித்தார்.

"வரிக்கு வரி பொய் சொல்லி, உண்மையென்று வாசகனை மயங்க வைத்து லாபம் பெறுவதும், பாங்கு கணக்கில் பணம் இருப்பில் இல்லாதபோது ஒருவரிடம் 'செக்' கொடுத்து பணம் பெற்றுக் கம்பிநீட்டிவிடுவதும் ஒன்றுதானே?" என்று தலையைத் தூக்கிக் கேட்டார் பத்மனாப பிள்ளை – எங்களைப் பார்த்து அல்ல; நானும் வக்கீல் நீயும் வக்கீல், நாமிருவரும் ஒன்று என்ற தோரணையில், அருள்ராஜ் பொன்னப்பாவைப் பார்த்து.

"செக்‌ஷன் ஞாபகமில்லை . . . வித்தியாசமுண்டு" என்றார் அவர்.

"திறமையான வக்கீலின் வாய்வீச்சில் வித்தியாசம் ஓடிப் போய்விடும்" என்ற பத்மனாப பிள்ளை, முத்தையாவைப் பார்த்து, "கம்பி எண்ணவும் நேரலாம்" என்றார்.

"ஜெயில் காற்றோட்டமாக இருக்கும்" என்றார் முத்தையா.

"நிரபராதிகளான எழுத்தாளர்களிடம் நீதிபதிகள் இரக்கம் காட்டுவார்களாக" என்று நான் சொன்னேன்.

யாரும் ஒன்றும் பேசவில்லை.

"டாக்டர் ஜோஷுவா அநேகமாக எண்ணத்தான் போகிறார். ஸீனியருக்கும் நம்பிக்கையில்லை."

'குற்றவாளிகள் தண்டிக்கப்படுவார்கள்' என்ற உண்மை ஞாபகப்படுத்தப்பட்டது.

"இல்லை. ஜோஷுவா நிரபராதி. அவர் காரில் புட்டிகள் இருக்கவில்லை. காரில் புட்டிகளை வைத்துக் கைதுசெய்தது போலீஸ் தந்திரம்" என்றார் பத்மனாப பிள்ளை,

"அவர் சென்றுகொண்டிருந்தது . . . ?"

"ஒரு நோயாளியைப் பார்க்க" என்று சொன்ன பத்மனாப பிள்ளை தொடர்ந்து, "ஒரு நோயாளியைப் பார்க்கச் சென்று கொண்டிருப்பதாகத்தான் அவர் எண்ணியிருந்தார் அப்போது. அவரை அவசரமாக அழைத்துச் சென்றவனும் போலீஸின் கையாள்தான்" என்றார்

"என்ன அநியாயம்!" என்றார் முத்தையா.

"இதையெல்லாம் உனக்கு யார் சொன்னது?" என்று கேட்டார் அருள்ராஜ் பொன்னப்பா.

“ஜோஷுவா. ஸீனியரிடம் சொல்லும்போது நானும் இருந்தேன்.”

“நோயாளி டாக்டரிடமும், கட்சிக்காரன் வக்கீலிடமும் முழு உண்மையைச் சொல்லமாட்டான், கழுத்தை அறுத்தாலும்.”

“விதிவிலக்குக் கிடையாதோ?”

அருள்ராஜ் பொன்னப்பா கொஞ்சம் யோசித்தார்.

“உண்டு. எனக்கே ஒரு அனுபவம் உண்டு. ஒரு கொலைக் காரனுக்காக வாதாட நேர்ந்தது. சத்தியவான் நடந்ததை ஒன்று விடாமல் சொன்னான். என் மனசுக்கும் உண்மை என்று பட்டது. கத்தி, சுண்டு விரல் நீளம்தான். ஒரே குத்து. ஆள் குளோஸ். நம்ப முடியாது நடந்தது அதுதான். குறுக்கு விசாரணையில் கவர்மெண்டு டாக்டர் வாயில் சந்தேகத்தைத் திணித்து விடுதலை பெறலாம் என்ற எக்களிப்பில் இருந்தேன். போலீஸ் நாய்களைப் பாராட்ட வேண்டும். கேசை வெகு ஜோராக ஜோடித்திருந்தார்கள்.”

“ஜோடனை எதற்கு? உண்மைதானே” என்று குறுக்கிட்டுக் கேட்டேன்.

அருள்ராஜ் பொன்னப்பா என் முகத்தை ஏறிட்டுப் பார்த்தார் – ‘உன் அனுபவமின்மை மன்னிக்கப்பட்டது’ என்ற அர்த்தத்தில் வெட்கமாக இருந்தது.

“ஜோடனை இல்லாவிட்டால் உண்மை மங்கிவிடும். போனில் கோர்ட்டில் ஆஜர் செய்த அரிவாள் ஒன்றரை முழம் நீளம் இருக்கும். நீதிபதி முன் ஒரு வேஷ்டியும் சட்டையும் பிரித்துக்காட்டப்பட்டது. கசாப்புக்கடைத் தரையில் மெழுகியெடுத்த மாதிரி ரத்தக்கறை. குற்றவாளியோ கொலைசெய்துவிட்டு அதே உடையில் இரண்டாம் காட்சி சினிமாவுக்குச் சென்றிருக்கிறான். அரிவாளுக்குக் கொல்லன் சாட்சியம். வேஷ்டிக்கு வண்ணான் சாட்சியம். டாக்டர் சாட்சியம் வெகு சாதகம். அவ்வளவுதான் ...” அருள்ராஜ் இடது கை விரலை தம் கழுத்தில் அழுத்திக் காட்டினார்.

“என்ன ஆச்சரியம்!” என்றார் முத்தையா.

“உலக அனுபவம் குறையக் குறைய அடிக்கடி ஆச்சரியப்பட நேரிடும். ஒன்றும் பிரமாதமில்லை. நான் ஒரு உண்மையைச் சொல்லி இன்னொரு உண்மையை மறைத்து குற்றவாளியை நிரபராதி ஆக்கி விடலாம் என்று பார்த்தேன். போலீஸ் பொய்யைச் சொல்லி உண்மையை நிரூபித்து குற்றவாளிக்குத் தண்டனை வாங்கிக் கொடுத்து விட்டது.”

“பேஷ் பேஷ்” என்றார் முத்தையா கிண்டலாக.

“உம்முடைய அப்பா உமக்கு வயலும் தோப்பும் தந்திருக்கிறார். லட்சியவாதியாக இருக்கட்டும்” என்றார் அருள்ராஜ் பொன்னப்பா.

“இவரா லட்சியவாதி? சரடு திரிக்கிறவர் . . .” என்று கையெழுத்துப் பிரதியைத் தொட்டுக் காட்டிவிட்டு எழுந்தார் பத்மனாப பிள்ளை.

சபை கலைந்தது.

தீர்ப்பு வெளியாயிற்று. இரண்டு வருஷம் சிறைவாசம் ஜோஷுவாக்கு. நல்லவேளை, ‘அல்லது’ இருந்தது. அல்லதைக் கட்டிவிட்டு வெளியே வந்தார்.

“உங்க ஸீனியருக்கு என்ன கிடைத்தது?” என்று கேட்டார் அருள்ராஜ் பொன்னப்பா.

பத்மனாப பிள்ளை, “இரண்டாயிரம்.”

முத்தையா, “திருப்பிக் கொடுக்க வேண்டாமே?”

பத்மனாப பிள்ளை, “டாக்டருக்கும் அப்படித்தானே?”

நான், “ஆசிரியருக்கும் அப்படித்தானே?”

“மாம்பழ வியாபாரிக்கு அப்படியில்லை. அழுகிய பழத்தை விற்க முடியாது” என்றார் முத்தையா.

“எழுத்தாளனுடைய தீஞ்சுவைக் கனி, கடித்த பின்புதான் அழுகல் என்பது வெளியாகும்” என்றார் முத்தையா.

“பிரம்மாவும் முடிந்த மட்டும் அழுகின பழங்களை வெளியே தள்ளிக்கொண்டுதான் இருக்கிறார்” என்றார் முத்தையா.

“என்ன கோர்ட்டு, என்ன நீதிபதி, என்ன சட்டம், என்ன வக்கீல், என்ன உலகம், என்ன கொசு” என்று அலுத்துக் கொண்டார் அருள்ராஜ்.

முத்தையா சாய்வு நாற்காலியில் எழுந்து உட்கார்ந்தபடி பத்மனாப பிள்ளையின் குரலில், அவரைப்போல் வலது கை ஆள் காட்டி விரலை அசைத்தவாறு, “நூறு குற்றவாளிகள் தப்பித்துக்கொள்ள நேரினும் ஒரு நிரபராதி தண்டனை அடைந்து விடக்கூடாது என்பதே எங்கள் சட்டத்தின் அடிநாதம் என்று சிலர் முழங்குவதிலும் குறைவில்லை” என்றார்.

“நிரபராதி தண்டிக்கப்படவில்லையே” என்றார் பத்மனாப பிள்ளை.

“வேளைக்கு ஒரு பேச்சா?”

"இல்லை. எப்போதும் உண்மை என்ற தாரக மந்திரம். ஜோஷுவா புட்டி புட்டியாக விற்றார். லகாரமாகக் குவித்தார். அகப்பட்டார். தண்டிக்கப்பட்டார். தர்மம் வென்றது" என்றார் பத்மனாப பிள்ளை

"ஸீனியர் வாதாடியது?"

"உண்மை. அன்று அவர் காரில் ஒன்றும் இருக்கவில்லை. அவர் சென்றது நோயாளியைப் பார்க்க. அதாவது அந்த எண்ணத்தில் அன்று அவர் நிரபராதி. இதுதான் ஸீனியரின் வாதம். போலிஸோ அவரை உள்ளே தள்ள ஒரு தந்திரம் கையாண்டது. கள்ள சாட்சி தயாரித்து, கள்ளக்கேஸ் எடுத்தது. குற்றவாளி தண்டிக்கப்பட்டார்.

"பொய் சொல்லி, தந்திரங்களைக் கையாண்டு, மீண்டும் உண்மையை நிரூபித்து விட்டது போலீஸ்" என்றார் அருள்ராஸ் பொன்னப்பா.

"நானும் அதைத்தான் செய்து பார்க்கிறேன், என்னால் முடிந்தவரையிலும்" என்று சொல்லியவாறு முத்தையா கையெழுத்துப் பிரதியை எடுத்துக்கொண்டு உள்ளே சென்றார்.

சபை கலைந்தது.

எழுத்து, **1962**

பின்னிணைப்பு

சுந்தர ராமசாமியின் சிறு கதைகளிலே உருவ அமைதியுடன் கருத்தமைதியும் கலந்து வந்துவிடுகிறது என்பது அவருடைய தனிச் சிறப்பாகும். ஜானகிராமனின் கிண்டல், கசப்புடன் சுந்தர ராமசாமி தனது என ஒரு ஆழத்தையும் கனத்தையும் சேர்ந்துக் கொண்டு விடுகிறார், உறவு முறைகள் – ஒருவருக்கொருவர் உள்ளது, சமுதாயத்தில் உள்ளது, தனி மனிதரிடம் உள்ளது – எல்லாம் நிர்ணயமானவை தான் என்றாலும் அவற்றிலேயே கூடவே ஒரு நிர்ணயமற்ற தன்மையும் வருகிறது என்பதை உணர்ந்து அவர் எழுதுகிறார்.

வாழ்க்கை பற்றிய தன் முழுமை நோக்கு என்பதாலே லா.ச. ராவுக்கோ ஜானகிராமனுக்கோ இவரும் சளைத்தவரல்ல. எனினும் அவர் எழுத்தில் ஓடுகிற அடிப்டைத் தத்துவம் என்ன என்பது நிர்ணயமாகாதிருப்பது போலத் தோன்றுகிறது. தனித்வம் காண்கிற அளவுக்குக் கண்ணோட்டம் சிறப்பாகக் காணவில்லை. 'லவ்வு' இந்த மனிதர்களுக்கு மட்டுமல்ல எருமைக்கும் தான் – மத்து மத்து ஆடுகிற போலீஸ்காரனும் அர்ச்சகரும் – சன்னல் வழியே தெரிகிற நோயாளிக் கண்ணோட்டம் – ஒன்றும் புரியாத அம்பி – தேடிக்கொண்டிருக்கிற ராஜாமணி – இப்படியாக உலகத்தில் உள்ளதற்கெல்லாம் உள்சரடாக என்னதான் ஓடிக்கொண்டிருக்கிறது என்று தெரியவில்லை – இந்த அவருடைய இரண்டாவது கதைத் தொகுப்பைப் படிக்கும்போது.

கதைக்குக் கதை சுந்தர ராமசாமியில் உருவம் பூரணமாக வந்திருப்பதையும், அது அமைதியே பெற்றிருக்கிறது என்பதையும், ஜானகிராமனில் போல சஞ்சலத்திலோ சலனத்திலோ முடிய வில்லை என்றும் காண்கிறோம். பளிச் சென்று மின்னலிடுகிற வாக்கியங்கள் வார்த்தைச் சேர்க்கைகள் நிறைந்த நடை அவருடையது. பிராந்திய கொச்சையை மிகவும் கவித்துவத்துடன் கையாளுகிறார் – சம்பாஷணைகளிலும் விவரணங்களிலும் வாசிப்பதற்கு இவர் தரும் சுகம் என்பதில் இருவரையும் வென்றுவிடுகிறார்.

க.நா.சு.

'இலக்கிய வட்டம்' 27.3.1964 இதழில் 'அஞ்சலி' (லா.ச. ராமாமிருதம்'), 'கமலம்' (தி. ஜானகிராமன்), 'பிரசாதம்' (சுந்தர ராமசாமி) ஆகிய மூன்று சிறுகதைத் தொகுப்புகளுக்குக் கா.நா. சுப்ரமண்யம் எழுதிய மதிப்புரையிலிருந்து ஒரு பகுதி.